AF756647

വിലാസിനി രാജീവൻ

കണ്ണൂർ ജില്ലയിലെ ഇരിട്ടി സ്വദേശിനി. റിട്ട. സബ്ബ്‌രജിസ്ട്രാർ. 2011ൽ വിരമിച്ചു. ആനുകാലികങ്ങളിൽ കഥകൾ പ്രസിദ്ധീകരിച്ചിട്ടുണ്ട്. ആകാശവാണിയിൽ കഥകൾ അവതരിപ്പിക്കാറുണ്ട്.

ഭർത്താവ് : കെ.എ. രാജീവൻ

മക്കൾ : രാഹുൽ, അശ്വതി, മായ.

വിലാസം : കൽപകശ്ശേരി, പുതുശ്ശേരി, ഇരിട്ടി പി. ഒ., കണ്ണൂർ ജില്ല-670703

Malayalam Language
Ekantham
(Stories)
by
Vilasini Rajeevan

♦

Published in October 2022
by Kairali Books Private Limited
Thalikkavu Road, Kannur.
Ph : 0497-2761200
E-Mail : Kairalibooksknr@gmail.com

♦

Cover Design
Prasanth Mangad

54/22-23/Sl.No.1359/300/NS 18.6
ISBN 978-93-94472-10-5

ഏകാന്തം

വിലാസിനി രാജീവൻ

കൈരളി ബുക്സ്

സമർപ്പണം

ജീവിതത്തിൽ എവിടെയും ജയിക്കാൻ ആഗ്രഹിക്കാതിരുന്ന ആളാണ് എന്റെ അച്ഛൻ. ഞാനും..

അതുകൊണ്ട് ആദ്യപുസ്തകം അച്ഛന് സമർപ്പിക്കുന്നു.

ഉള്ളടക്കം

പാവം! അത് അതിന്റെ കുറ്റമല്ല

ലാവോത്സു പറയുന്നു: വാക്കിലെ.. മനസ്സിലെ.. പ്രവൃത്തികളിലെ മൂർച്ച ഒഴിവാക്കൂ. അല്ലെങ്കിൽ അത് മറ്റുള്ളവരെ വേദനിപ്പിക്കും..

ആണാണോ.. പെണ്ണാണോ.. അതോ നപുംസകമോ? ആ ചോദ്യത്തിനുമുമ്പിൽ അവൾ ആദ്യമൊന്ന് അമ്പരന്നു. പിന്നീട് സ്വയം ചോദിച്ചു: നപുംസകമായാലെന്താണ്? സംശയം ചോദിച്ച വ്യക്തി ഒരു പരിപൂർണ സൃഷ്ടിയാണെങ്കിൽപോലും അത് അയാളുടെ കഴിവല്ലല്ലോ.. അങ്ങനെ സംഭവിച്ചു എന്നല്ലേയുള്ളൂ.

അവൾ പണ്ടുപഠിച്ചൊരു നാടകത്തെക്കുറിച്ചോർത്തു. വിക്ടർ ഹ്യൂഗോയുടെ നാടകമാണെന്നാണ് ഓർമ്മ. പുരോഹിതൻ രാവിലെ തന്റെ മനോഹരമായ പൂന്തോട്ടത്തിൽ എത്തിച്ചേർന്നു. നിറയെ പൂക്കൾ. സുഗന്ധം. പാറിനടക്കുന്ന പൂമ്പാറ്റകൾ. മഞ്ഞുതുള്ളിയിൽ തെളിയുന്ന സൂര്യപ്രകാശം. ഒരു ഇലയുടെ മറപറ്റി മറഞ്ഞിരിക്കാൻ ശ്രമിക്കുന്ന കറുത്ത ചിലന്തിയെ അദ്ദേഹം കണ്ടു. ആ ആരാമത്തിനു ചേരാത്തൊരു കാഴ്ചയായി അദ്ദേഹത്തിനു തോന്നി. അടുത്തനിമിഷം അദ്ദേഹം ഓർത്തു: പാവം! അത് അതിന്റെ കുറ്റമല്ല. നിറമുള്ള ചിറകുകൾ ലഭിക്കാത്തതോ പറക്കാൻ കഴിയാതെ പോയതോ ഒന്നും അതിന്റെ കുറ്റം കൊണ്ടല്ല.

അവൾ തന്നോടൊപ്പം ഒന്നാംക്ലാസിൽ പഠിച്ച ഒറ്റക്കണ്ണനായ ഒരു കുട്ടിയെ അപ്പോഴോർത്തു. അവന് രണ്ടു കണ്ണുമുണ്ടായിരുന്നു. വലതെത കണ്ണ് വെളുത്തൊരു ഗോട്ടിയെപ്പോലെ പുറത്തേക്കു തള്ളിനിന്നു. ആ കണ്ണിനുതാഴെയായി കണ്ണീരിന്റെ നനവ് പടർന്നിരുന്നു. ആദ്യമായി അവനെ ഒറ്റക്കണ്ണാ... എന്നു മറ്റുള്ളവർ വിളിച്ചപ്പോൾ അവൻ പരാതിയുമായി അധ്യാപകന്റെ അടുത്തെത്തി. അധ്യാപകൻ അവനെ ആകെയൊന്നു നോക്കി നീ ഒറ്റക്കണ്ണൻ തന്നെയാണല്ലോ എന്നമട്ടിൽ മുഖം തിരിച്ചു. പരാതി പറഞ്ഞിട്ട് കാര്യമില്ലെന്ന് അന്നവൻ മനസ്സിലാക്കി. കൂട്ടായ ആക്രമണത്തിനുമുമ്പിൽ അവൻ പലപ്പോഴും കരഞ്ഞു. അവരെ ഒറ്റയ്ക്കു കിട്ടിയപ്പോൾ തിരിച്ചാക്രമിക്കുകയും ചെയ്തു. അങ്ങനെ

ക്ലാസിലുള്ളവരുടെ പൊതുശത്രുവായി അവൻ മാറി.

സ്കൂളുവിട്ടു നടന്നുവരുന്ന വഴിയിലും തിരിച്ചാക്രമിക്കാത്ത എല്ലാറ്റിനേയും അവൻ ദ്രോഹിച്ചു. വഴിയിൽ ഒറ്റയ്ക്കു നിൽക്കുന്ന നായ്ക്കളെ കല്ലെറിഞ്ഞു. മരപ്പൊത്തിൽ ഒളിച്ചിരുന്ന് തലപുറത്തേക്കു നീട്ടുന്ന ഓന്തുകളെ കൊന്ന് വാലിൽ തൂക്കിയെടുത്തു അരണകളെ മാത്രം അവനു ഭയമായിരുന്നു. അരണ കടിച്ചാൽ ഉടൻ മരണമെന്ന പഴമൊഴിയെ അവളെപ്പോലെ അവനും ഭയപ്പെട്ടു. അവന്റെ ആക്രമണത്തിനു അവൾപോലും ഇരയായിട്ടുണ്ട്. അറിയാതെ എന്ന മട്ടിൽ കല്ലു ചവിട്ടിത്തെറിപ്പിച്ച് അവൻ അവളുടെ കണങ്കാൽ വ്രണപ്പെടുത്തി. വേദന സഹിച്ച് ഒന്നും സംഭവിക്കാത്തതുപോലെ നടന്നുനീങ്ങിയ അവളെ ഇടംകണ്ണാൽ അവൻ ചൂഴ്ന്നുനോക്കി. പക്ഷേ പിന്നീടൊരിക്കലും അവൻ അവളുടെനേരെ കല്ലുകൾ ചവിട്ടിത്തെറിപ്പിച്ചില്ല.

അഞ്ചാംക്ലാസുവരെ ഒരുമിച്ചുണ്ടായിരുന്നു അവൻ. അതുകഴിഞ്ഞ് അവനെന്തു സംഭവിച്ചു എന്നവൾക്കറിയില്ല. പിന്നീടൊരിക്കൽ കേട്ടു, അവൻ ആത്മഹത്യ ചെയ്തു എന്ന്. വാഴക്കൃഷിക്കായി കരുതിവെച്ച കീടനാശിനി കഴിച്ച് ജീവനൊടുക്കി. പോസ്റ്റുമാർട്ടം കഴിഞ്ഞ് അവനെ പുതപ്പിച്ച വെള്ളത്തുണിയിൽ ചുവന്ന ചിത്രങ്ങൾ വരച്ച് അവൻ മടങ്ങിവന്നപ്പോഴും അവൾ കാണാനായി പോയില്ല. പള്ളിസെമിത്തേരിയിൽ ആത്മഹത്യ ചെയ്തവർക്കായി മാറ്റിവെച്ച തെമ്മാടിക്കുഴിയിൽ അവസാനമായി അവനുറങ്ങിയെന്ന് പലരും പറഞ്ഞ് അവൾ കേട്ടു.

പകലത്രയും പെയ്ത മഴയ്ക്കുശേഷം രാത്രിയിൽ നിലാവിന്റെ നേരിയ വെട്ടത്തിൽ അവൾ പിന്നെയും അവനെ കണ്ടു. അപ്പോൾ ദൈവം തന്റെ കൈപ്പിഴ തിരുത്തിയിരുന്നു. അവന്റെ വലത്തെ കണ്ണ് നക്ഷത്രംപോലെ തിളങ്ങി. മുഖത്തെ പകയും നൈരാശ്യവുമകന്ന് അവധൂതന്റെ ശാന്തതയിൽ അവൻ നിലാവെളിച്ചമായി മാറി. ഭൂമിയിൽ അവന്റെ ജീവിതം ദുസ്സഹമാക്കിയ സഹജീവികളെക്കുറിച്ച് ഒരുനിമിഷം അവളോർത്തിരുന്നു. അവളുടെ മനസ്സ് വായിച്ചിട്ടെന്നപോലെ അവൻ പറഞ്ഞു: പാവം! അത് അവരുടെ കുറ്റമല്ല...

പിലാത്തോസേ നീ കൈ കഴുകരുത്

ഗെയിറ്റിനിടയിലൂടെ പത്രം മുറ്റത്തേക്കിട്ടു മടങ്ങുന്ന ബൈക്കിന്റെ ശബ്ദം കേട്ടാൽ മറിയാമ്മ ചായയുമായി പുറത്തുവരും. ചായ സിറ്റൗട്ടിലെ ടീപ്പോയിൽവെച്ച് പ്രധാനവാർത്തകളിലൂടെ കണ്ണോടിക്കുമ്പോഴേക്കും മത്തായി സാർ വരാന്തയിൽ ഹാജരായിട്ടുണ്ടാകും.

പത്രം ആദ്യം വായിക്കേണ്ടത് മത്തായിസാറാണ്. അതിനു മാറ്റമില്ല. 'ഞാൻ വായിച്ചാലെന്താ വാർത്ത തീർന്നുപോകുമോ?' ഒരു പിറുപിറുപ്പോടെ മറിയാമ്മ അടുക്കളയിലേക്കു മറയും.

അകത്ത് ടി.വിയിൽ വാർത്തകൾ മിന്നിമറയുന്നുണ്ടാകും. മത്തായിസാർ അത് ശ്രദ്ധിക്കാറേയില്ല'. പറഞ്ഞതുതന്നെ വീണ്ടുംവീണ്ടും പറയും. പോരെങ്കിൽ പരസ്യകോലാഹലങ്ങളും. ഇതങ്ങനെയല്ല, വായിച്ച വാർത്തയുടെമേൽ ഒരടയിരുപ്പുണ്ട്. അങ്ങനെ ഒരു വാർത്ത വായിച്ച് അതുതന്നെ ചിന്തിച്ചിരിക്കുമ്പോഴാണ് പരമുവാശാൻ ആ വഴിവന്നത്. പരമുവാശാൻ അരികിലെത്തി പത്രത്തിലേക്കെത്തി നോക്കിയതൊന്നും മത്തായിസാർ അറിഞ്ഞില്ല. തിരിഞ്ഞുനോക്കിയത് ആത്മഗതം കേട്ടാണ്.

നമ്മുടെ വീട്ടിൽ മറ്റാരെങ്കിലും കേറി മേയാൻ നമ്മൾ സമ്മതിക്കുമോ സാറേ.. ഒന്നും അറിഞ്ഞില്ല. പങ്കില്ല എന്നൊക്കെ പറഞ്ഞാലെങ്ങനാ.. ഭരിക്കുന്നോര് ഇതൊക്കെ അറിയണ്ടായോ?

മത്തായിസാർ രാഷ്ട്രീയചർച്ചകളിൽ അനുകൂലമായോ പ്രതികൂലമായോ ഒരുവാക്കുപോലും പറയാറില്ല. തന്റെ അഭിപ്രായം തന്റേതു മാത്രമാണെന്ന നിലപാടാണദ്ദേഹത്തിന്. പത്രത്തിലെ അവസാനവാക്കും വായിച്ചുകഴിഞ്ഞ് ഭക്ഷണത്തെക്കുറിച്ച് ഓർത്തപ്പോഴാണ് ഭക്ഷണത്തോടൊപ്പം കഴിക്കേണ്ട മരുന്നിനെക്കുറിച്ചോർമ്മ വന്നത് മരുന്നുതീർന്നിരിക്കുന്നു. മഴയ്ക്കുശേഷം തെളിഞ്ഞ വെയിൽചൂടിലേക്ക് ഒരു കുടയുമെടുത്ത് ഇറങ്ങുമ്പോൾ ഒന്നരകിലോമീറ്റർ വലിയ ദൂരമായിതോന്നി. കുട

യുണ്ടായിട്ടും വിയർത്തു വെയിൽച്ചൂടിൽ തളർന്ന് ഒരു കിതപ്പോടെയാണ് വീട്ടിൽ തിരിച്ചെത്തിയത്.

വീട്ടിലെത്തി പൊതിയഴിച്ചപ്പോൾ മനസ്സിലായി ഒരു പൊതിയിൽ പത്തെണ്ണം കുറവാണ്. പൈസ കൃത്യമായി എടുത്തിട്ടുണ്ട്. എണ്ണത്തിൽ മാത്രമാണ് കുറവ്. ബില്ലും തന്നിട്ടില്ല' ഇല്ലാത്ത തിരക്കഭിനയിച്ച് ബില്ലു തരാതിരുന്നതാണ്. വയസ്സനല്ലേ.. എണ്ണമറിയില്ലെന്നു കരുതിക്കാണും. മുപ്പതുവർഷം കണക്കു പഠിപ്പിച്ചതാണ് ഈ മത്തായി സാർ. തിരികെ ച്ചെന്നു ചോദിച്ചിട്ട് കാര്യമൊന്നുമില്ല. ബില്ലില്ല. ഡോക്ടറുടെ കുറുപ്പടി യില്ല. ഇത് ഇവിടെന്നു വാങ്ങിയതല്ല എന്നു പറഞ്ഞാ എന്നാചെയ്യാനാ..

സെറ്റിയിൽ ഇരുന്നു പിന്നെ കിടന്നു ചെറുതായൊന്നു മയങ്ങിപ്പോയി. മറിയാമ്മ വന്ന് കുലുക്കിവിളിച്ചപ്പോഴാണ് കണ്ണുതുറന്നത്.

മേരിക്കുഞ്ഞിന്റെ വീട്ടിന്നു കരച്ചില് കേൾക്കുന്നുണ്ട്. അവള് പോ യെന്നാ തോന്നുന്നത് ..

എങ്ങോട്ടുപോകാൻ?

ഞാൻ പറഞ്ഞില്ലായിരുന്നോ.. ഇന്നലെ സന്ധ്യയ്ക്ക് പുല്ലരിയുമ്പോ പാമ്പിനെ കൂട്ടി അരിഞ്ഞെന്നും പാമ്പുകടിച്ചെന്നുമൊക്കെ. നല്ലൊരാ ശുപത്രീലുവരെ ആരും കൊണ്ടോയില്ല. അവളെ കെട്ട്യോൻ ജോയി ക്കുട്ടി കൊടകില് ഇഞ്ചിക്കൃഷി ചെയ്യാൻ പോയതല്ലേ.. വിവരമറിയി ച്ചിട്ടുണ്ട്. റോഡ് ബ്ലോക്കല്ലേ.. എങ്ങനെ വരാനാണ്.. ഫോറസ്റ്റിക്കൂടി നടന്നുവരുമായിരിക്കും..

കുറച്ചുകഴിഞ്ഞ് മറിയാമ്മ വീണ്ടും വന്നു.

ഞാനൊന്നു പോയേച്ചുംവരാം. സാറു പിന്നെ മരിച്ച വീട്ടിപോക ത്തില്ലല്ലോ. മരിച്ചോര് ഇങ്ങോട്ട് വരട്ടേന്നാകും..

കുന്തിരിക്കത്തിന്റെ കനത്ത പുകയോടൊപ്പമാണ് മേരിക്കുഞ്ഞ് അക ത്തേക്കു കടന്നുവന്നത്. കൂടെ വെളുത്ത ളോഹയിട്ട അച്ചനുമുണ്ടായിരു ന്നു. അച്ചന്റെ വെളുത്ത താടി ളോഹയിൽ മുട്ടിയുരുമ്മിനിന്നു.

നീർപ്പോളകൾപോൽ നിൻ ജീവിതം

മർത്യാ.. ഈ മണ്ണിൽ: അതുപോലെന്തോ അച്ചൻ പതുക്കെ പറയു ന്നുണ്ടായിരുന്നു.

മേരിക്കുഞ്ഞിന്റെ തലമുടിയിൽ വെള്ളിക്കടലാസുകൊണ്ടുള്ള പൂക്ക ളുണ്ടായിരുന്നു. ഒമ്പതാം ക്ലാസ്സിൽ മത്തായി സാറാണ് അവളെ കണ ക്കുപഠിപ്പിച്ചത്. മണ്ടി! അറിയാത്ത ചോദ്യങ്ങൾ ചോദിച്ചാൽ ആകെയൊരു എരിപൊരിയാണ്. ശ്ശോ.. എന്നൊരു കൈകുടയലാണ്. മത്തായിസാറും അവളെ അടിച്ചുപഠിപ്പിച്ചിട്ടില്ല. പഠിപ്പിച്ചിട്ടെന്താ ഇനി മുന്നോട്ടു പഠിപ്പി

ക്കില്ലെന്ന് അവളുടെ അപ്പൻതന്നെ പറഞ്ഞതാണ്.

മുടിയിലെ വെള്ളിപൂക്കൾ താഴേക്കുവീഴുന്നത് മേരിക്കുഞ്ഞറിയുന്നില്ല. മത്തായിസാറിന്റെ സെറ്റിയ്ക്കരികിലെ കർട്ടൻ ഉലച്ചുകൊണ്ട് അവൾ പറഞ്ഞു

പോട്ടെ. വണ്ടി സ്റ്റാർട്ടാക്കി. പോകാൻനേരം ഒന്നുകൂടിപറഞ്ഞു: ജോയിക്കുട്ടി വഴിതെറ്റി കാട്ടിലൂടെ അലഞ്ഞുനടക്കാ...

കാട്ടിലെ വഴികൾ തലവര പോലെയാണ്. തെളിഞ്ഞും മങ്ങിയും അദൃശ്യമായും അതു പലവഴിയായി ചിതറികിടക്കുന്നു. ചിലവഴികൾ യാത്ര തുടങ്ങിയിടത്തുതന്നെ വന്നവസാനിക്കുന്നു..

എന്നാചെയ്യാനാ.. മത്തായിസാറും കൈകഴുകി.

കുരിശ്: അവരോഹണം

ദ്രാവിഡനായ ഞാൻ
സമൂഹത്തിന്റെ വരാന്തയിലൂടെ
ഒറ്റയ്ക്കു പോകുന്നു
ചിലർ കല്ലെറിയുകയും
മറ്റുചിലർ പൂവെറിയുകയും ചെയ്യുന്നു.
ജീവപര്യന്തം ഞാൻ കവിതയുടെ തടവിൽ
കഴിയാൻ വിധിക്കപ്പെട്ടിരിക്കുന്നു...

കവിയരങ്ങിലെ അവസാനകവിതയും ചൊല്ലിക്കഴിഞ്ഞ് പുറത്തേക്കിറങ്ങുമ്പോൾ മാർട്ടിൻ ചോദിച്ചു: ഇത് ആരാ എഴുതിയതെന്ന് അറിയ്യോ? എ. അയ്യപ്പൻ മുറിയിൽനിന്ന് പുറത്തിറങ്ങി. ഒഴുക്കിൽപെട്ടതുപോലെ. കാലുകൾ നിലത്തുറയ്ക്കുന്നില്ല. കൂട്ടത്തിലുണ്ടായിരുന്ന ആരോ പറയുന്നതുകേട്ടു.. കിളവനിന്നു വീടെത്തുന്ന ലക്ഷണമില്ല ഓസാണെങ്കിൽ എത്രവേണമെങ്കിലും അകത്താക്കും.

ഒന്നു നീട്ടിതുപ്പാനാണ് തോന്നിയത്. ഓസ്... ഇനി വിളിക്കാൻ വരട്ടെ... കുപ്പികാണിച്ച് വീഴ്ത്താൻ വരട്ടെ... പോകില്ല' ഇതൊന്നുമില്ലെങ്കിലും മാർട്ടിൻ ജീവിക്കും. മാർട്ടിനു ലഹരിപകരാൻ കള്ളുവേണ്ട; കവിതമതി.

ഇനി പോകില്ല എന്ന തീരുമാനം അടുത്ത വിളിവരുന്നതുവരെ മാത്രം! വിളിച്ചാൽപോകും. ഓർമ്മയിലുള്ള എല്ലാകവിതകളും ചൊല്ലും. സ്വയം രചിച്ചത്, മറ്റാരെങ്കിലും രചിച്ചത്: അതുകഴിഞ്ഞാൽ പഴയ ഹിന്ദിപാട്ടുകൾ... എല്ലാം ശോകത്തിൽ മുങ്ങിയത്. പാടിപ്പാടി മാർട്ടിൻ കരയും. കരഞ്ഞുതുടങ്ങിയാൽ അന്നത്തെ ആഘോഷമടങ്ങും.

ഇന്നും അതുപോലൊരു ദിവസം മിക്കവാറും വീടുകളിലെ ലൈറ്റണഞ്ഞിരിക്കുന്നു. മാർട്ടിന്റെ വീട്ടിലെ ലൈറ്റും അണഞ്ഞിട്ടുണ്ടാകും. മാർട്ടിൻ വരുന്നതും പോകുന്നതും ആരും തിരക്കാറില്ല. ഒരുദിവസം ചെന്നില്ലെങ്കിലും ആരുമതറിയാറില്ല. കതകടയ്ക്കുമ്പോൾ ചിലപ്പോൾ ഭാര്യ

ക്ലാര ഒരു പായും തലയിണയും പുറത്തെടുത്തു വെച്ചിട്ടുണ്ടാകും. കത കുതുറന്ന് പുറത്തിറങ്ങുമ്പോഴാണ് മാർട്ടിനവിടെ കിടന്നുറങ്ങുന്നത് ക്ലാര കാണാറ്. പണ്ടാരമടങ്ങാൻ വാതുക്കൽത്തന്നെ വന്നുകിടന്നോളും! രാവി ലെതന്നെ അവളുടെ പ്രാക്കാണ് മാർട്ടിനെ വിളിച്ചുണർത്തിയത്.

ക്ലാര രാവിലെയെഴുന്നേറ്റ് കുട്ടികൾക്ക് ഭക്ഷണമുണ്ടാക്കി തൊഴിലു റപ്പിനുപോകും. മാർട്ടിനു പണിയൊന്നുമില്ല' ഉണ്ടായിരുന്ന പണിനാടക ക്കാരുടെ കൂടെ നടന്ന് കളഞ്ഞുകുളിച്ചു. വലിയ പണിയൊന്നുമല്ല. ഒരു കടയിലെ കണക്കെഴുത്ത്. തോന്നുമ്പോൾ വരും, തോന്നുമ്പോൾ പോകും. എന്നും മുൻപേറ്പറ്റ്. അതൊന്നും ഇവി ടപറ്റില്ല ഒരുദിവസം മുതലാളിപറഞ്ഞു.

മാർട്ടിൻ അതൊന്നും കാര്യമാക്കിയില്ല 'കർത്താവു പറഞ്ഞിട്ടുണ്ട്.. ആകാശത്തിലെ കുരുവികൾ വിതയ്ക്കുന്നില്ലാ കൊയ്യുന്നില്ല എന്ന്. ഈ മാർട്ടിൻ വിതച്ചായിരുന്നു. വിളവെല്ലാം മറ്റാരോ കൊയ്തുപോ യി. സാരമില്ല ഒക്കെപോട്ടെ.

വഴിക്കുവെച്ച് ചിലപ്പോഴൊക്കെ കുട്ടികളെകാണും. കുട്ടികൾ എന്നു പറഞ്ഞാൽ സ്വന്തം മക്കളെ. ചപ്രത്തലയും മുഷിഞ്ഞ വേഷവുമുള്ള മാർട്ടിനെ കണ്ടാൽ അവർ തലതിരിച്ചുകളയും. മാർട്ടിനും പരിചയം നടി ക്കാറില്ല' കർത്താവു പറഞ്ഞിട്ടുണ്ട്: വായിലേക്കു പോകുന്നതിനല്ല വൃത്തി വേണ്ടത്, വായിൽനിന്നു വരുന്നതിനാണെന്ന്. മാർട്ടിന്റെ നാവ് ഇന്നേ വരെ ആരേയും വേദനിപ്പിച്ചിട്ടില്ല. ഇസ്രായേലിലെ പൊടിമണലിലൂടെ ചൂടുകാറ്റേറ്റു നടന്ന കർത്താവു പറഞ്ഞിട്ടുണ്ട്: നീ ആന്തരികമായി കൂടു തൽ ശുദ്ധിയുള്ളവനായി മാറട്ടെയെന്ന്. കർത്താവേ.. അതൊന്നുമല്ല ഇപ്പോൾ നടക്കുന്നത്. വൃത്തി മുഴുവൻ പുറമെയാണ്; ഉള്ളിലല്ലാ നീ അന്യരെ വിധിക്കരുതെന്നു പറഞ്ഞിട്ടുണ്ട്, ഞാനാരേയും വിധിക്കുന്നില്ല' എന്നാലും പറയ്യാ.. നിന്റെ നല്ല ഇടയന്മാർ കുഞ്ഞാടുകളെ കൊന്നുതി ന്നുന്നുണ്ടോന്ന് എനിക്കൊരു സംശയം!

മുപ്പത്തിമൂന്നു വയസ്സിൽനിന്നെ കുരിശ്ശിലേറ്റി. അതുനന്നായി എന്നും മുപ്പത്തിമൂന്ന്. നിനക്കു വയസ്സായെങ്കിലോ? എന്നെപ്പോലെ... കുരി ശൊന്നും ചുമക്കാൻ പറ്റില്ലായിരുന്നു. ഗാഗുൽത്താ മലയിലേക്കുള്ള യാത്ര യിൽ വഴിയിലെവിടെയെങ്കിലും വീണു മരിച്ചേനേ.. കുരിശാരോഹണമി ല്ലെങ്കിൽ പിന്നെയെന്ത ക്രിസ്തു ...

എന്നെക്കണ്ടില്ലേ? ഇപ്പോഴും കുരിശു ചുമക്കുന്നു. മരക്കുരിശ്ശല്ല: മന സ്സിലെ കുരിശ് നിന്നെ കുരിശിലേറ്റിയപ്പോൾ പ്രകൃതിപോലും കോപിച്ചു. ചക്രവാളങ്ങളെ വിറപ്പിച്ചുകൊണ്ട് കൊടുങ്കാറ്റ് ആഞ്ഞുവീശി. ഇടിമുഴ

ക്കം ഭൂമിയെ വിറപ്പിച്ചു.

ഇതാകാറ്റ് വീശുന്നുണ്ട്. ഇടിമുഴങ്ങുന്നു.. മഴത്തുള്ളികൾ ചരൽക്കല്ലുകൾപോലെ ദേഹത്ത് പതിക്കുന്നു. മാർട്ടിൻ ഒരുനിമിഷം വഴിയിൽനിന്നു.

സമയത്തെപ്പറ്റി ബോധമില്ല: സ്ഥലത്തെപ്പറ്റിയും. കാറ്റിനോട് മല്ലടിച്ച് മുന്നോട്ടുനീങ്ങിയപ്പോൾ അറിയാതൊരു കല്ലിൽ ചവിട്ടി നിലതെറ്റി വീണു മുഖമടിച്ചാണ് വീണത്.

മഴത്തുള്ളികൾ കൂടുതൽ ശക്തിപ്രാപിച്ചു. ജലംരക്തത്തെ തന്നിലലിയിച്ച് മണ്ണിലേക്ക് മറഞ്ഞുകൊണ്ടിരുന്നു.

തന്റെ മനസ്സിലെ കുരിശ്ശിന്റെ ഭാരം ഇല്ലാതാകുന്നത് മാർട്ടിനറിഞ്ഞു.. താൻ കുരിശ്ശിൽനിന്ന് മോചിതനാകുന്നതും.

പിൻവിളി

രാത്രി മുഴുവൻ അയാൾ ഉറങ്ങാതെ കിടന്നു. പുലർച്ചെ ഒന്നുറങ്ങി ഉണർന്നപ്പോൾ നേരംനന്നെ പുലർന്നിരുന്നു.

തുറന്നിട്ട ജാലകത്തിലൂടെ മഴയുടെ വരവറിയിച്ചുകൊണ്ട് തണുത്തകാറ്റ് മുറിയിലേക്കടിച്ചുകയറി. അയാൾ കിടക്കവിട്ടെഴുന്നേറ്റു. അടുക്കളയിൽ പാചകം ചെയ്തുകൊണ്ടിരുന്ന ഭാര്യയോടയാൾ പറഞ്ഞു: ഞാനൊന്നു വീടുവരെ പോകുന്നു.

അതിനവന് നിങ്ങളുടെ വീടറിയ്യോ?

ആർക്ക്?

മോന്...

ഞാൻ മോനെ തിരക്കിപോവുകയല്ല. അവൻ അവന്റെ ഇഷ്ടത്തിനു പോയതല്ലേ. ഇഷ്ടമുള്ളപ്പോൾ വരട്ടെ. അതങ്ങനെയേ ആവൂ. എനിക്കറിയാം.

അറിയാം എന്നു പറഞ്ഞതിനു കാരണമുണ്ട്. അയാളും സ്വന്തം ഇഷ്ടത്തിനു വീട്ടിൽനിന്നിറങ്ങിയതാണ്. ഇപ്പോഴല്ല, ഇരുപത്തഞ്ചുവർഷംമുമ്പ്. കൃത്യമായി പറഞ്ഞാൽ എസ്.എസ്.എൽ.സി പരീക്ഷ കഴിഞ്ഞ് കോളേജഡ്മിഷനു കാത്തിരിക്കുന്ന സമയത്ത്. അടുത്തുള്ള കോളേജിൽ അഡ്മിഷൻ കിട്ടാനുള്ള മാർക്കില്ലായിരുന്നു. ദൂരെ എവിടെയെങ്കിലും ഹോസ്റ്റലിൽ നിർത്തി പഠിപ്പിക്കാനുള്ള വക അച്ഛനുമില്ലായിരുന്നു.

ബിസിനസ്സിൽ എന്തൊക്കയോ പാകപ്പിഴകൾ സംഭവിച്ചകാലം. എന്താണ് പ്രശ്നമെന്ന് അച്ഛനാരോടും പറഞ്ഞില്ല. അകാരണമായ കോപം മാത്രം അച്ഛന്റെ അസ്വസ്ഥത വെളിപ്പെടുത്തി. വകയ്ക്കുകൊള്ളാത്തവൻ, നിർഗുണൻ തുടങ്ങിയ വാക്കുകൾ ആദ്യമായി അച്ഛനിൽനിന്നു കേൾക്കുകയായിരുന്നു. പെട്ടെന്നുള്ള ഒരു തോന്നലിൽ അയാൾ വീട്ടിൽ നിന്നിറങ്ങി.

ഒന്നുരണ്ടു ജോഡി ഡ്രസ്സും കൈയിൽ കിട്ടിയ കുറച്ചു കാശും. സുഹൃ

ത്തിനെ കാണാനെന്ന് അമ്മയോടുമാത്രം പറഞ്ഞു. ആദ്യം കണ്ട ബസ്, ആദ്യം മനസ്സിലുദിച്ച സ്ഥലപ്പേര്. അങ്ങനെയാണ് ഇവിടെ എത്തിയത്. ബസ് സ്റ്റാന്റിലെ അരക്ഷിതാവസ്ഥയിൽ ഒരുരാത്രി കഴിഞ്ഞപ്പോൾ തിരിച്ചുപോകാൻ ആഗ്രഹിച്ചതാണ്. അച്ഛന്റെ പരിഹാസം കലർന്ന നോട്ടം മനസ്സിൽ തെളിഞ്ഞപ്പോൾ വേണ്ടെന്നു തീർച്ചപ്പെടുത്തി. പലയിടത്തും പോയി. എന്തെങ്കിലുമൊരു ജോലി... അപരിചിതനായ ഒരു കൗമാരക്കാരനു ജോലികിട്ടുക എളുപ്പമല്ലെന്നു മനസ്സിലായി. രണ്ടു രാത്രിയിലെ ഉറക്കവും രണ്ടുദിവസത്തെ വിശപ്പുമായി അവസാനം വീടിനോടുചേർന്നുള്ള ഒരു ഹോട്ടലിൽ ചെന്നുകയറി.

തുറക്കുന്നതേ ഉണ്ടായിരുന്നുള്ളു. ഭിത്തിയിലെ ചില്ലുകൂട്ടിലെ ദൈവങ്ങൾക്കു തിരിവെച്ച് തിരിഞ്ഞു നോക്കിയ വല്ല്യമ്മ പറഞ്ഞു: ആകുന്നതേയുള്ളൂ. കുറച്ചു നേരമിരിക്കണം.

അതിനു മറുപടി പറഞ്ഞില്ല. ബെഞ്ചിന്റെ അരികുപറ്റി ഇനിയെന്ത് എന്ന ചിന്തയുമായിരുന്നു.

കഴിക്കാനെന്തു വേണം? വല്യമ്മ ചോദ്യവുമായി വീണ്ടും വന്നു.

എന്റെ കൈയിൽ പൈസയില്ല.

എന്താണു വേണ്ടതെന്ന തീരുമാനമെടുക്കാൻ കുറച്ചുസമയം വല്യമ്മ അവിടെത്തന്നെ നിന്നു. പിന്നീട് അകത്തുപോയി ഒരു പ്ലേറ്റിൽ രണ്ടുകഷണം പുട്ടും അതിനുമീതെ കുറച്ചു കറിയുമായി വീണ്ടുംവന്നു.

അവൻ തലകുനിച്ചിരുന്ന് ഭക്ഷണം കഴിച്ചു. വല്യമ്മകൊടുത്ത ചൂടുവെള്ളം കുടിച്ചു. പിന്നീടു ചോദിച്ചു: എനിക്ക് എന്തെങ്കിലുമൊരു പണി തരുമോ?

എന്തുപണിയാ നിനക്ക് അറിയാവുന്നത്?

പറഞ്ഞുതന്നാമതി. ഞാൻ ചെയ്തോളാം.

രാവിലെ മുതൽ ഉച്ചവരെ പാത്രം കഴുകി. ഉച്ചയായപ്പോൾ ഇലയിടാനും വെള്ളം കൊടുക്കാനുംകൂടി. അതുകഴിഞ്ഞ് മുറി കഴുകിത്തുടച്ചു വൃത്തിയാക്കി. ഹോട്ടൽ വ്യവസായത്തിന്റെ ബാലപാഠം പഠിച്ചത് അവിടെ നിന്നായിരുന്നു.

സ്വന്തം ഹോട്ടൽ തുടങ്ങിയപ്പോഴും വിവാഹം കഴിച്ചപ്പോഴും മകൻ പിറന്നപ്പോഴും വീട് ഒരു ഓർമ്മപ്പിശകായി മാറിനിന്നു. പോകണമെന്നുണ്ട്; എന്തോ അയാളെ വിലക്കിക്കൊണ്ടിരുന്നു.

വീട്ടിലേക്കുള്ള യാത്രയിൽ അയാൾ ഓർത്തു, ഇരുപത്തഞ്ചുവയസ്സിൽ താഴെയുള്ള ആരുംതന്നെ കണ്ടിട്ടുണ്ടാവില്ല. അന്നത്തെ ചെറുപ്പക്കാരൊക്കെ വാർദ്ധക്യത്തിലേക്കു കാലെടുത്തു വെച്ചിട്ടുണ്ടാകും. ആ

രെങ്കിലും തന്നെ തിരിച്ചറിയുമായിരിക്കുമോ?

ആരും അയാളെ തിരിച്ചറിഞ്ഞില്ല അയാളെ വിസ്മയിപ്പിച്ചുകൊണ്ട് ഒട്ടും മാറാതെനിന്നത് അയാളുടെ വീടുമാത്രമായിരുന്നു.

വരാന്തയിൽ അയാളുടെ അമ്മയുണ്ടായിരുന്നു. അമ്മപറഞ്ഞു: അച്ഛൻ പറഞ്ഞായിരുന്നു, നീ വരാതിരിക്കില്ലെന്ന്. വരുമ്പോൾ പറയാൻപറഞ്ഞു, മാതാപിതാക്കളെ ബഹുമാനിച്ചില്ലെങ്കിലും മക്കളെ ബഹുമാനിക്കണമെന്ന്. അച്ഛനും അമ്മയും ക്ഷമിക്കും, മക്കൾ ക്ഷമിക്കില്ലെന്ന്.

അയാൾ ഞെട്ടിപ്പോയി. അതുപറഞ്ഞത് മാലയിട്ട് ഭിത്തിയിൽ ശാന്തനായി ഇരിക്കുന്ന അച്ഛൻ തന്നെയായിരുന്നു.

മാന്ത്രികപ്പൂട്ട്

തീജ്ജ്വാലയ്ക്കിടയിൽപെട്ട് പുളയുന്ന ഇരുമ്പിൻകഷണം നോക്കി അവൻ നിന്നു. അച്ഛന്റെ ഇടതുകൈയുടെ ചലനങ്ങൾക്കനുസരിച്ച് ഉല ഉയരുകയും താഴുകയും ചെയ്യുന്നു; കാറ്റിന്റെ പ്രവാഹമനുസരിച്ച് തീ അണയുകയും തെളിയുകയും ചെയ്യുന്നു. ഇടയ്ക്കൊക്കെ ഇരുമ്പിൻപട്ട കൊടിലുകൊണ്ടെടുത്ത് അടുത്തുള്ള മരപ്പാത്തിയിലെ വെള്ളത്തിൽ മുക്കുന്നു. ശൂർ എന്നൊരു ശബ്ദത്തോടെ ആവി മേൽപ്പോട്ടുയരുന്നു ചെറിയ കൂടംകൊണ്ട് ഇരുമ്പുപട്ടയിൽ ആഞ്ഞാഞ്ഞ് അടിക്കുന്നു.

തന്റെ അച്ഛൻ ഒരു ഉരുക്കിന്റെ പ്രതിമയാണെന്നു കുട്ടിക്കു തോന്നി. കറുത്ത ശരീരത്തിലൂടെ വിയർപ്പ് ചാലിട്ടൊഴുകുന്നു കരിപുരണ്ട ഉടുമുണ്ട് പാതിയും വിയർപ്പിൽ നനഞ്ഞു. ഇരുമ്പുപട്ട മെല്ലെമെല്ലെ ഒരു താഴ് ആയി മാറുകയായിരുന്നു. അവിശ്വസനീയമായ കണ്ണുകളോടെ കുട്ടി അതുനോക്കിനിന്നു.

അച്ഛനെ ഇതൊക്കെ ഉണ്ടാക്കാൻ ആരാ പഠിപ്പിച്ചത്?

അച്ഛന്റെ അച്ഛൻ

അച്ചാച്ചനോ?

അച്ചാച്ചന്റെ അച്ഛനാകാം. ഇത് തലമുറകളായി കൈമാറി വരുന്ന അറിവാണ്. ഇങ്ങനെയൊരു പൂട്ട് ഇല്ലെങ്കിൽ നീയൊന്ന് ഓർത്തുനോക്ക് എന്താ സംഭവിക്കാ?

കുട്ടിക്ക് പ്രത്യേകിച്ച് കുഴപ്പമൊന്നും തോന്നിയില്ല. ഏതായാലും കുട്ടിയുടെ വീടിന് നല്ലൊരുപൂട്ട് അച്ഛൻ പണിതിട്ടുണ്ട്. അച്ഛൻ പറഞ്ഞു: വിലപിടിപ്പുള്ളതൊന്നും വീടുകളിൽ സൂക്ഷിക്കാനാവില്ല. നാടുവാഴിയുടെ വീട്ടിന് ഇതുപോലുള്ള ഒമ്പത് പൂട്ടുകളുണ്ട്. ഒമ്പതും ഉണ്ടാക്കിയത് അച്ഛൻ തന്നെയാണ്. എണ്ണിയാൽ തീരാത്ത പണവും സ്വർണ്ണവും അവിടെ സൂക്ഷിച്ചിട്ടുണ്ട്. എല്ലാം ആ പൂട്ടുകളുടെ ബലത്തിലാ. ഒരു

കണക്കിന് അച്ഛനാണ് ഇവിടത്തെ സ്വത്തുക്കളുടെ കാവൽക്കാരൻ വെറ്റിലക്കറ തെളിയുന്ന പല്ലുകൾ പുറത്തുകാട്ടി കൊല്ലൻ ചിരിച്ചു.

പണിതീർത്ത പൂട്ട് കൈയിലെടുത്ത് തിരിച്ചും മറിച്ചും നോക്കി തൃപ്തനായതിനുശേഷം പറഞ്ഞു

ഇനിയിത് കൊണ്ടുകൊടുക്കണം.

മകനും കൂടെയുണ്ടായിരുന്നു. വെയിലിന് ചൂടായി വരുന്നതേയുണ്ടായിരുന്നുള്ളു. പാടവരമ്പുകൾ പിന്നിട്ട് മലഞ്ചെരിവുകളിലൂടെ വലിയൊരു മലയുടെ കുടുന്തയിലെ പഴയ ബംഗ്ലാവ് അവിടെ തനിച്ചു പാർക്കുന്ന വയസ്സനെപ്പറ്റി പറഞ്ഞുകേട്ട അറിവ് കുട്ടിയ്ക്കുമുണ്ട്. അപൂർവ്വമായേ പുറത്തിറങ്ങാറുള്ളൂ. വാമൊഴിയായി പടരുന്ന കഥകളിലെ സത്യവും മിഥ്യയുമൊന്നും ആ വയസ്സനെ അലട്ടാറില്ല പട്ടാളത്തിൽനിന്നു പിരിഞ്ഞുവന്ന ഒരു ഉയർന്ന മിലിട്ടറി ഉദ്യോഗസ്ഥനാണെന്നും ബിസിനസ്സ് സാമ്രാജ്യങ്ങൾ ഉപേക്ഷിച്ചുവന്ന ഒരു അതിസമ്പനാണെന്നും മാന്ത്രിക വിദ്യയിൽ ഗവേഷണം നടത്തുന്ന മന്ത്രവാദിയാണെന്നും ഓരോവ്യക്തിയും അവർക്കുതോന്നുംവിധം അദ്ദേഹത്തെ അടയാളപ്പെടുത്തി. കൊല്ലനാകട്ടെ തന്റെ മാന്ത്രികപൂട്ടുകൊണ്ട് അദ്ദേഹത്തെ തളച്ചിടാനുള്ള വ്യഗ്രതയിലും.

കരകര ശബ്ദത്തിൽ കരയുന്ന ഇരുമ്പുഗേറ്റ് തള്ളിത്തുറന്ന് കൊല്ലൻ മുറ്റത്തേക്കുകയറി. അവിടെ ആ വയസ്സൻ കൊല്ലന്റെ വരവും പ്രതീക്ഷിച്ചിട്ടെന്ന പോലെ നിൽപ്പുണ്ടായിരുന്നു

കൊല്ലൻ അഭിമാനത്തോടെയാണ് പൂട്ട് വയസ്സനുനേരെ നീട്ടിയത് കൗതുകം നിറഞ്ഞ ചിരിയോടെ അദ്ദേഹം അതെടുത്ത് പരിശോധിച്ചു.

മനുഷ്യന്റെ ഭൗതികസമ്പത്തിന്റെ കാവൽക്കാരൻ! ചൂടാക്കിയാൽ ഏതുരൂപത്തിലും മാറിപ്പോകാൻ വിധിക്കപ്പെട്ട വെറുമൊരു ലോഹനിർമ്മിതൻ! ആ വാക്കുകളിലെ പരിഹാസം കൊല്ലനെ മുറിപ്പെടുത്തി. വയസ്സൻ മന്ത്രധ്വനിയോടെ പറഞ്ഞുതുടങ്ങി.

ഏകനായി ജീവിച്ചവനാണ് മനുഷ്യൻ കുടുംബമായും സമൂഹമായും മാറാൻ അവനെ സഹായിച്ചത് ചില മൂല്യബോധങ്ങളാണ്. ആ മൂല്യബോധങ്ങളെ സംരക്ഷിക്കുവാൻ ഒരു പൂട്ടുവേണം. അധാർമ്മികമായ ഏതൊരു പ്രവൃത്തിയോടും അരുതെന്നു പറയാൻ കഴിയുന്ന മനുഷ്യമനഃസാക്ഷിയാണ് അതിന്റെ പൂട്ട്" നമ്മൾ ഉറ്റുനോക്കേണ്ടത് ആ പൂട്ടിലേക്കാണ്. ബന്ധങ്ങളുടേയും വിശ്വാസത്തിന്റെയും കണ്ണികളെ കൂട്ടിച്ചേർക്കുന്ന പൂട്ട്.

താങ്കൾക്ക് ഈ പൂട്ടുകൊണ്ട് എന്തൊക്കെ സംരക്ഷിക്കാൻ കഴിയും?

വിലപിടിപ്പുണ്ടെന്നു താങ്കൾ കരുതുന്ന ചിലതൊക്കെ മാത്രം വിലപിടിച്ചതെന്ന് ഞാൻ കരുതുന്ന പലതിനെയും സംരക്ഷിക്കാൻ ഈ പൂട്ടു പോരാ.

പിന്നീടയാൾ പറഞ്ഞതൊക്കെ അശരീരി ആയിട്ടായിരുന്നു. ശബ്ദം മാത്രം. ശരീരമില്ല' എനിക്കും താങ്കൾക്കുമിടയിലുണ്ടായിരിക്കേണ്ട പരസ്പരവിശ്വാസവും ബഹുമാനവും എന്നെ എന്റെ പൂർവ്വികരോടു ചേർത്തുനിർത്തുന്ന ധാർമ്മികമായ ചില ഉത്തരവാദിത്വങ്ങൾ, എന്നെ എന്റെ ഭാര്യയോട് അടുപ്പിക്കുന്ന അളവറ്റ സ്നേഹവും വിശ്വസ്തതയും എനിക്കും മക്കൾക്കുമിടയിലുണ്ടായിരിക്കേണ്ട കരുതലും സ്നേഹവും ഇതിൽ ഏതിനെയൊക്കെ സംരക്ഷിക്കാൻ താങ്കളുടെ ഈ പൂട്ടിനുകഴിയും! ഇതൊന്നുമല്ലാതെ മറ്റെന്താണ് ഞാൻ സംരക്ഷിക്കേണ്ടത്? വയസ്സൻ ചിരിച്ചു. ആ ചിരിയിൽ പഴയ ബംഗ്ലാവിലെ ഉറങ്ങുന്ന നരിച്ചീറുകൾ ചിറകടിച്ചുപറന്നു.

കൊല്ലനു മറുപടി ഇല്ലായിരുന്നു. വിറയ്ക്കുന്ന കൈയോടെ അദ്ദേഹം പൂട്ടുതിരികെ വാങ്ങി.

തിരിച്ചുള്ള യാത്രയിൽ കൊല്ലൻ നടക്കുകയല്ലായിരുന്നു: ഓടുകയായിരുന്നു. ഓടിയാലും ഓടിയാലും തീരില്ലെന്നു കരുതിയ ആ യാത്ര അവസാനിച്ചത് ഇരുട്ടു വീണുതുടങ്ങിയതിനുശേഷവും. കൊല്ലന്റെ വീട്ടിലെ വിളക്കണഞ്ഞിരുന്നു. തുറന്നുകിടന്ന കതകിലൂടെ അകത്തു കടന്നപ്പോൾ നിശ്ശബ്ദത മൊഴിരഹിതമായി എന്തോപറയാൻ ശ്രമിക്കുന്നുണ്ടായിരുന്നു.

തനിച്ചായിരുന്നു

അയാൾ തന്റെ പുതിയ പെൺസുഹൃത്തിന്റെ സന്ദേശം പ്രതീക്ഷിക്കുന്നുണ്ടായിരുന്നു. ഭക്ഷണപ്പൊതി ഡൈനിംഗ് ടേബിളിൽവെച്ച് തിടുക്കത്തിൽ കുളിച്ചുവന്ന് ഒന്നുകൂടി ഫോണെടുത്തു പരിശോധിച്ചു.

ഇല്ല രാവിലെയുള്ള പതിവു ശുഭദിനാംശംസകൾക്കുശേഷം സന്ദേശമൊന്നും അയച്ചിട്ടില്ല. ഫോൺ താഴെവെച്ച് അയാൾ സ്വയം അനുവദിച്ച രണ്ടുപെഗ്ഗ് മദ്യത്തിനായി കുപ്പിതുറന്നതേയുള്ളു, ഫോണൊന്നുപിടഞ്ഞ് സന്ദേശമുണ്ടെന്ന് അറിയിച്ചു.

അത് സാലിപ്രമോദ് ആയിരുന്നു. അയാളുടെ ഒരു പഴയകാല പെൺസുഹൃത്ത്.

ഹായ് പ്രേം, നീയിപ്പോൾ എവിടെയാണ് ?

എത്രയോ വർഷങ്ങൾക്കുശേഷമുള്ള അന്വേഷണം! അയാൾക്കു കൗതുകവും ആഹ്ലാദവും തോന്നി. അയാൾ മറുപടി അയച്ചു.

ഞാനിവിടെയുണ്ട്. എന്റെ നാട്ടിൽ കണ്ണൂർ സിറ്റിയിൽ തന്നെ. സാലീ നീ ഇപ്പോൾ എന്തുചെയ്യുന്നു?

സാലി മംഗ്ലീഷിലാണ് മറുപടി എഴുതുക. ഓരോ അക്ഷരങ്ങളും പെറുക്കിയെടുത്ത് വരുന്നതേയുണ്ടാകൂ. അയാൾ തന്റെ ആദ്യത്തെ പെഗ്ഗ് ഗ്ലാസ്സിലൊഴിച്ചു. ഷാപ്പിനരികിലുള്ള തട്ടുകടയിൽ നിന്നു വാങ്ങിയ ബീഫ്ഫ്രൈ കുറച്ചെടുത്ത് രുചിച്ചുനോക്കി. മദ്യത്തിന്റെ നേരിയ ചവർപ്പിനോടൊപ്പം എരിവുകൂടി കൂട്ടിക്കലർത്തി രുചി ആസ്വദിക്കേ സാലിയുടെ മറുപടിവന്നു.

ഒന്നും ചെയ്യുന്നില്ല പ്രേം. ഞാൻ തൃശൂർ എന്റെ ഫ്ളാറ്റിലുണ്ട്.

നിന്റെ ഹസ്?

അയാൾ ചപ്പാത്തിയിൽ കറി ചേർത്ത് കഴിക്കാൻ തുടങ്ങുമ്പോൾ വീണ്ടും ഫോണൊന്നു പിടഞ്ഞു. അത് അയാളുടെ പുതിയ പെൺസുഹൃത്തായിരുന്നു.

ഹായ്...

അയാൾ അതിനു മറുപടി പറഞ്ഞില്ല. പകരം സാലിയുടെ മറുപടി എന്തായിരിക്കുമെന്ന ആകാംക്ഷയിലായി.

അയാൾ എന്റെകൂടെയല്ല അയാൾ വേറൊരു വിവാഹം കഴിച്ചു. വിവാഹമല്ല, ലിവിംഗ്ടുഗതർ മകളുടെ പ്രായമുള്ള ഒരുവളോടൊപ്പം. ഇപ്പോൾ ഒരു കുട്ടിയുണ്ട്. എന്റെ സൗന്ദര്യം നഷ്ടപ്പെടുമെന്ന് പറഞ്ഞാണ് അയാൾ എനിക്കൊരു കുട്ടിയെ തരാതിരുന്നത്.

രണ്ടുപെഗ്ഗ് അപ്പോഴേക്കും തീർന്നിരുന്നു. മൂന്നാമത്തേത് ഗ്ലാസ്സിലേക്കൊഴിക്കുമ്പോൾ അയാൾ ഓർത്തു '

ഇരുപത് ഇരുപത്തഞ്ചുവർഷങ്ങളായിട്ടുണ്ടാകണം. അന്നയാൾ ഒരു പരസ്യക്കമ്പനിയിൽ ജോലി ചെയ്യുകയായിരുന്നു. അവിടെ വെച്ചാണ് പ്രമോദിനെ പരിചയപ്പെട്ടത്. ഒരുദിവസം മുൻകൂട്ടി അറിയിച്ചിട്ടാണ് പ്രമോദിന്റെ ഫ്ളാറ്റിലെത്തിയത്. സ്വീകരിച്ചത് അയാളുടെ ഭാര്യയായിരുന്നു. സ്ത്രീവേഷത്തിൽ അംഗവടിവ് പ്രദർശിപ്പിച്ച് ഒരു അതിസുന്ദരി. പിന്നെ വരാമെന്ന് പറഞ്ഞ് പിന്തിരിഞ്ഞ പ്രേമിനെ അവൾ അകത്തേക്കു നയിച്ചു. ഒരു തുടക്കക്കാരന്റെ പരിഭ്രമം മാറ്റിയെടുത്ത് അവൾ കാതിൽ പറഞ്ഞു

നീ ഒരു മുയൽക്കുട്ടി ആകാതിരിക്കൂ ഈ രാത്രി നമുക്കുള്ളതാണ്. നീ നല്ലൊരു ഗായകനാണെന്ന് പ്രമോദ് പറഞ്ഞിട്ടുണ്ട്. നിന്റെ മടിയിൽ വിശ്രമിക്കുന്ന ഒരു കീബോർഡ് ആണ് ഇന്നു ഞാൻ. ഏതു കട്ടയിൽ വിരലമർത്തിയാലും സംഗീതം ഉയരും.

തുടക്കവും ഒടുക്കവും നിന്നിൽത്തന്നെ. പിറ്റേദിവസം യാത്രപറയുമ്പോൾ പ്രേം മനസ്സിൽ കുറിച്ചു. മാസങ്ങൾക്കുശേഷം ഒരു രാത്രിയിൽ മറ്റൊരു സുഹൃത്തിന്റെ കാറിൽ സാലിയെ കണ്ടപ്പോഴാണ് പ്രേം ആ തീരുമാനം സ്വയം തിരുത്തിയത്. ഇരുപത്തഞ്ചുവയസ്സുകാരന്റെ ആദ്യത്തെ പ്രണയനൈരാശ്യം

ജീവിതം ഒന്നേയുള്ളു പ്രേം. അത് സന്തോഷമായി ആഘോഷമായി പൂർത്തിയാക്കുക. ഒരാഗ്രഹവും അടുത്ത ജന്മത്തേക്ക് മാറ്റിവെക്കരുത്. അങ്ങനെയൊരു ജന്മമുണ്ടെന്നു ആർക്കും ഉറപ്പില്ലല്ലോ.

അയാളുടെ ഫോൺ വീണ്ടുമൊരു സന്ദേശത്തിന്റെ വരവറിയിച്ചു.

ഹായ്. താങ്കൾ ഇതുവരെ വീട്ടിലെത്തിയില്ലേ?

പുതിയ പെൺസുഹൃത്തിനോട് സംസാരിക്കുവാനുള്ള മാനസികാവസ്ഥയിലായിരുന്നില്ല അയാൾ അതുകൊണ്ട് മറുപടിയുണ്ടായില്ല.

അയാളുടെ പഴയ സുഹൃത്തിന്റെ സന്ദേശം വന്നുകിടപ്പുണ്ടായിരുന്നു

പ്രേം ഈ ഏകാന്തത എനിക്കു സഹിക്കാനാകുന്നില്ല. നീ എന്റെ

അടുത്തേക്കുവരുന്നോ? നീ തനിച്ചാണെങ്കിൽ ഞാൻ അങ്ങോട്ടുവരാം.

അയാൾ മറ്റൊരു പെഗ്ഗുകൂടി കഴിച്ചുതീർത്തു. സാലിയുടെ പ്രൊഫൈൽ പിക്ചർ ഇരുപത്തഞ്ചുവർഷം മുമ്പുള്ള സുന്ദരിയുടേതാണ്. ചിരിമാഞ്ഞ് കണ്ണുകളിലെ തിളക്കം നഷ്ടപ്പെട്ട ഒരു മധ്യവയസ്ക്കയായി സാലി അയാളുടെ മുന്നിൽ വന്നുനിന്നു. അയാൾ നിഷേധപൂർവ്വം തല യിളക്കി.

ഫോണിൽ പുതിയ പെൺസുഹൃത്തിന്റെ സന്ദേശം വീണ്ടും തെളിഞ്ഞു.

സ്നേഹം മനസ്സിന്റെ കൊടുക്കൽ വാങ്ങലുകളാണ്. അതിനു ശരീര വുമായി ബന്ധമൊന്നുമില്ല. ഞാനിത് ഒരിക്കൽക്കൂടി എന്തിനാണ് ഓർ മ്മിപ്പിക്കുന്നതെന്ന് മനസ്സിലായി കാണുമെന്ന് കരുതുന്നു.

ഗുഡ്നൈറ്റ് പ്രേം.

ഡൈനിങ്ങ് ടേബിളിലെ അവശിഷ്ടങ്ങൾ വൃത്തിയാക്കി അയാൾ കിടപ്പുമുറിയിലേക്കുപോയി. വിവാഹം കഴിഞ്ഞ് ഒരുവർഷം മാത്രം ഭാര്യയോടൊത്ത് ശയിച്ച മുറി അയാളുമൊത്ത് ഒരു ജീവിതം സഹി ക്കാനാവില്ല എന്നാണ് ഭാര്യ പറഞ്ഞത്.

അയാളുടെ ഭാര്യ അപ്പോൾ മകളുടെ യൂണിഫോം ഇസ്തിരിയിടു കയായിരുന്നു. അച്ഛനെക്കുറിച്ചുള്ള ചോദ്യങ്ങൾക്ക് അവളുടെ അമ്മ രൂക്ഷനോട്ടത്താൽ തടയിടുന്നത് മദ്യലഹരിയിലായിരുന്നിട്ടും കിലോ മീറ്ററുകളുടെ അകലെയായിരുന്നിട്ടും അയാളറിഞ്ഞു.

ഏകാന്തം

പ്രായമാവുക എന്നത് അപമാനകരമായ ഒരു കാര്യമായി മാറിയത് എന്നുമുതലാണ്? ഉപേക്ഷിച്ചുകളയേണ്ട, അല്ലെങ്കിൽ ഉപയോഗംകഴിഞ്ഞ ഒരു പാഴ്‌വസ്തുവായി ആളൊഴിഞ്ഞ വഴിയിലേക്ക് വലിച്ചെറിയുന്ന ഒരു മാലിന്യമായി എന്നുമുതലാണ് ഈ പിതാമഹന്മാർ മാറിപ്പോയത്? ആത്മഗതം കുറച്ചുറക്കെയായിരുന്നു. കൈത്തോട്ടിലെ വെള്ളത്തിൽ കാലുംമുഖവും കഴുകി നടുനിവർത്തിയത് ശശിയുടെ മുഖത്തേക്ക്.

'മാഷ് ആരോടാ ഈ പറയുന്നത്?'

'ആരൂല്ല. ഇനിയുള്ള കാലം തനിയേ പറഞ്ഞിരിക്കേണ്ടിവരുംന്നാ തോന്നണ്. മനുഷ്യരെല്ലാം മാളത്തിലൊളിച്ചില്ലേ.' സമയം സന്ധ്യയോടടുക്കുന്നു. ഉച്ചയ്ക്കു പെയ്ത മഴയ്ക്കുശേഷം മാനം തെളിഞ്ഞിരിക്കുന്നു. വയലിന്റെ വിശാലതയിലേക്കു നോക്കി ശശി ചോദിച്ചു

'മാഷ് നെൽക്കൃഷി ഉപേക്ഷിച്ചോ?'

'എനിക്കൊരാൾക്കായി കൃഷിയൊന്നും ചെയ്യാൻ വയ്യ. വിൽക്കാനൊട്ടു മനസ്സുവരുന്നുമില്ല. അരിഷ്ടിച്ചും കഷ്ടപ്പെട്ടും അന്നിതു വാങ്ങുമ്പോൾ സന്തോഷവും അഭിമാനവുമുണ്ടായിരുന്നു. ഇന്നിപ്പോൾ ഒഴിവാക്കാനാവാത്ത ഭാരമായിമാറി.

പറിച്ചെടുത്ത പാവയ്ക്കയിൽ നിന്ന് രണ്ടെണ്ണം ശശിയുടെ നേരെ നീട്ടി മാഷുപറഞ്ഞു: വിഷമൊന്നും തളിച്ചിട്ടില്ല. വളംപോലും ചേർക്കാറില്ല. അധികം വേണ്ടല്ലോ.

'ഇങ്ങനെ എത്രകാലാ.. അല്ലേ മാഷേ..'

'എങ്ങനെ?'

'അല്ലാ, ഈ കൊറോണയായിട്ട്..'

'ഒരു നൂറ്റാണ്ടിനിടയ്ക്കുവരുന്ന പ്രളയത്തേയും മഹാമാരിയേയും അതിജീവിച്ചവരാ നമ്മളെന്നു പറയാലോ.. അതിജീവിക്കുന്നവർക്കെങ്കിലും!'

'മാഷേ. സന്ധ്യയാകുന്നു. പോയേക്കാം.'

വയൽ കഴിഞ്ഞ് നൂറുമീറ്ററോളം ഇടവഴിയിലൂടെ നടന്നാൽ വേണു മാസ്റ്ററുടെ തൊടിയിലെത്തും. എല്ലാവിധ ഫലവൃക്ഷങ്ങളും നിറഞ്ഞ മാഷിന്റെ അഭിമാനമായി കരുതിയിരുന്ന തൊടി ഇന്ന് ഇരുട്ടുമൂടിക്കിടക്കുന്നു. പഴുത്തുവീഴുന്ന ഫലങ്ങളെ പക്ഷികൾക്കും അണ്ണാനുമൊപ്പം മാഷും പങ്കുവെക്കുന്നു.

ചാരിയിട്ട ഗെയിറ്റ് തള്ളിത്തുറന്ന് വേണുമാസ്റ്റർ മുറ്റത്തേക്കുകയറി. വീടിനു നാലുചുറ്റും വിശാലമായ മുറ്റം ആ വീടിന്റെ മാത്രം പ്രത്യേകതയായിരുന്നു. നെല്ലുണക്കാനും തേങ്ങ കൂട്ടിയിടാനുമൊക്കെ വലിയ മുറ്റം ആവശ്യമായിരുന്നു. മക്കൾ വലുതായപ്പോൾ വീടൊന്നുപുതുക്കിപ്പണിതാലോ എന്ന ആഗ്രഹമറിയിച്ചപ്പോഴും മുഴുവനായി പൊളിക്കാൻ മാഷ് സമ്മതിച്ചില്ല. ഗ്രാമീണനായ ആ കൃഷിക്കാരന് അധ്യാപക ജോലിപോലെ പ്രിയമായിരുന്നു കാർഷികവേലയും. പുതിയ കോൺക്രീറ്റു കെട്ടിടങ്ങൾ വെറും കെട്ടിടങ്ങളാണെന്നും വീടെന്ന മധുരവാക്ക് അവയ്ക്കൊന്നും ഇണങ്ങില്ല എന്നുമാണ് മാഷ്പറയുക. കാലത്തിലൂടെ മുന്നോട്ടം പിറകോട്ടും പോകാം. മുന്നോട്ടൊഴുകാൻ മടിക്കുന്ന ആ പഴമനസ്സിനെ ദയാവധത്തിന് വിട്ടുകൊടുത്ത് മക്കൾ രണ്ടും സ്വന്തം വഴിയിലൂടെ മുന്നോട്ടുപോയപ്പോൾ ഒപ്പമെത്താൻ മാഷ് ശ്രമിച്ചതുമില്ല.

ഒറ്റയ്ക്കുള്ള ജീവിതം ഇപ്പോൾ ശീലമായി. മനുഷ്യനൊഴികെ പ്രകൃതിയിലെ മിക്കവാറും എല്ലാ ജീവജാലങ്ങളും അവസാനമെത്തുമ്പോൾ തനിച്ചാണ്. തനിച്ചാക്കപ്പെടുന്നതിൽ അവ ദു:ഖിക്കുന്നുണ്ടാകുമോ? ഉണ്ടായേക്കാമെന്ന ചിന്തയാണ് മാഷെ ഒരു ജന്തുസ്നേഹിയാക്കിയത്. മിച്ചംവരുന്ന അന്നമെല്ലാം അവയുമായി പങ്കുവെക്കാൻ പ്രേരിപ്പിച്ചത്.

മുറ്റത്ത് അടുപ്പുകൂട്ടി ഓലക്കൊതുമ്പും ഉണക്കഇലകളും കത്തിച്ച് വെള്ളം ചൂടാക്കി അതിൽ കുളിച്ചിരുന്നു പണ്ട്മാഷ്. അന്നു ലാഭിച്ചെടുക്കുന്ന ഓരോ രൂപയ്ക്കും വിലയുണ്ടായിരുന്നു. അങ്ങനെ ലാഭിച്ചെടുത്തു വാങ്ങിയതാണ് വയലും അതിനു ചുറ്റുമുള്ള കരപ്പറമ്പും. വീടിന്റെ കാവൽക്കാരനായി ഇവിടെ കഴിയാതെ ഇവിടെയുള്ള സ്ഥലംവിറ്റ് മക്കളോടൊപ്പം പൊയ്ക്കൂടെ എന്ന് പലരും ചോദിച്ചിട്ടുണ്ട്. വിഷണ്ണമായ ചിരിക്കു പിന്നിൽ മാഷ് ഒളിപ്പിച്ചുവെച്ച ഉത്തരമിതാണ്: ഇതു വിറ്റുകിട്ടുന്ന പണം ഇന്നെന്റെ മക്കൾക്ക് വലിയൊരു തുകയല്ല. ഇതോടൊപ്പം ചെല്ലുന്ന അച്ഛനാകട്ടെ വലിയൊരു ബാധ്യതയാവുകയും ചെയ്യും.

ഹീറ്റർ ഓണാക്കി കുളിക്കാനുള്ള തയ്യാറെടുപ്പിനിടയിൽ മാഷ് വെറുതെ ഫോണൊന്നു നോക്കി. സ്വീകരിക്കപ്പെടാതെ പോയ കോളുകൾ ഇല്ലാ, വാട്ട്സ് ആപ് സന്ദേശങ്ങളുമില്ല. ‘മകളുടെ പ്രസവം അടുത്ത

പ്പോൾ രണ്ടുമാസത്തിനുള്ളിൽ തിരിച്ചുവരാമെന്നു പറഞ്ഞുപോയ ഭാര്യ രണ്ടുവർഷമായിട്ടും തിരിച്ചെത്തിയിട്ടില്ല' എന്താണ് വരാത്തതെന്ന് മാഷൊട്ടു തിരക്കീട്ടും ഇല്ല. വിളിക്കണമെന്ന് ഓർക്കുമ്പോഴൊക്കെ ഭാര്യ കളിയായി വിതറിയിട്ട ചില മുള്ളുകൾ മനസ്സിനെ നൊമ്പരപ്പെടുത്തിത്തുടങ്ങും. അച്ഛനങ്ങ് കിളവനായിപ്പോയി.. അല്ല്യോ മക്കളേ.. ഭാര്യയോടും മക്കളോടുമൊത്ത് ഏതോ വിവാഹത്തിനു പോകാനൊരുങ്ങവേ വെറുതെയൊരു അഭിപ്രായപ്രകടനം. നാളതുവരെ സ്വന്തം ആരോഗ്യവും സൗന്ദര്യവും സംരക്ഷിക്കേണ്ടതാണെന്ന തോന്നലില്ലാതെപോയ വേണു മാസ്റ്റർ ഒട്ടൊന്നുചൂളി. അവരോടൊത്ത് അന്നെന്നല്ല; പിന്നീടൊരിടത്തും പോയതുമില്ല'

കുളി കഴിഞ്ഞാൽ ലഘുവായൊരു രാത്രിഭക്ഷണം. ഓട്സ് കാച്ചിയെടുത്ത് മോരുകറിയും ചേർത്ത് കഴിക്കുന്നത് ഇഷ്ടഭക്ഷണം. അതിനു കഴിഞ്ഞില്ലെങ്കിൽ പഴവും ചായയും. ജീവിതം അധികം സങ്കീർണ്ണതകൾക്കും കുഴമറിച്ചിലിനും വിട്ടുകൊടുക്കാതെ കഴിയുന്നത്ര ലളിതമായും ഒട്ടൊക്കെ സരസമായും ജീവിച്ചുതീർക്കേണ്ടതാണെന്നാണ് വേണുമാസ്റ്ററുടെ വിശ്വാസം. ആ വിശ്വാസങ്ങളുടെമേൽ എവിടെനിന്നോ ഒരു നിഴൽ വന്നുവീഴുന്നു.

പുറത്തേക്കുള്ള കതകടയ്ക്കുന്നതിനു മുമ്പായി മാഷ് ഒരിക്കൽക്കൂടി ചെവിയോർത്തു അടുത്തുള്ള വാടകവീട്ടിൽനിന്നും നെഞ്ചുകുലുങ്ങുന്ന ഒരു ആൺചുമ രണ്ടുദിവസംമുമ്പ് കേട്ടിരുന്നു. ഇന്നലെമുതൽ ദുർബ്ബലമായൊരു പെൺശബ്ദവും ചുമയുടെ രൂപത്തിൽ പുറത്തുവരുന്നുണ്ടായിരുന്നു. ഇന്നാകട്ടെ നിർത്താതെ കരയുന്ന ഒരു കുഞ്ഞിന്റെ ശബ്ദവും. ശത്രു അടുത്തുതന്നെയുണ്ടെന്നു മാസ്റ്റർക്ക് തോന്നി. കതകടച്ചാലും കടന്നുവരുന്നവൻ.

ജീവിതം കാണിക്കാത്ത കരുണ മരണമേ.. നീയെന്നോടു കാണിക്കണം. ഒരിറ്റു പ്രാണവായുവിനോ ഒരുതുള്ളി ജലത്തിനോവേണ്ടി പിടയാതെ എനിക്കു നിന്നോടൊപ്പം വരാൻ കഴിയണം. ഗെയിറ്റ് ആർക്കുവേണ്ടിയും തുറന്നിടാറില്ലെങ്കിലും ഇന്നു ഞാൻ ചാരുകയേയുള്ളൂ

വാച്ച് അഴിച്ച് മേശപ്പുറത്തുവെച്ചു. ഫോണെടുത്ത് ഒരിക്കൽക്കൂടി നോക്കി. ഇല്ല: ആരുടേയും സന്ദേശങ്ങളൊന്നുമില്ല. കണ്ണടയൂരി വാച്ചിനോടു ചേർത്തുവെച്ചു.

മൂന്നാംകണ്ണ്

പ്രേമനെന്ന പ്രേമചന്ദ്രൻ ഒരു പുറംപണിക്കാരനായി ഷാർജയിലെത്തിയിട്ട് പതിനഞ്ചുവർഷങ്ങൾ കഴിഞ്ഞു. നിറുകയിൽ പതിക്കുന്ന ഉച്ചവെയിലിന് ഒരു ആശ്വാസം തേടിയാണ് സുഹൃത്തുക്കളുമായിച്ചേർന്ന് ചെറിയൊരു ഹോട്ടൽ തുടങ്ങാമെന്ന് തീരുമാനിച്ചത്. ഒന്നൊരു അബ്ദുക്ക, അദ്ദേഹത്തിലാണ് പ്രതീക്ഷ മുഴുവൻ: അദ്ദേഹമാണല്ലോപ്രധാന പാചകക്കാരൻ, പിന്നെ വേണുഗോപൻ, കൃഷ്ണനുണ്ണി നാലാമതായി പ്രേമചന്ദ്രനും.

ആ കാര്യം ഭാര്യയോട് വിളിച്ചുപറഞ്ഞപ്പോൾ അവൾക്കും സന്തോഷമായി.

നന്നായി പ്രേമേട്ടാ... എല്ലാം ശരിയാകും. നിങ്ങളെ മോൻ നിങ്ങൾക്കു ഭാഗ്യവുമായി പിറന്നതാണ്. അവിടെയൊന്നു പച്ചപിടിച്ചാൽ എന്നേയും അങ്ങോട്ടു കൂട്ടാലോ. എത്രകാലാന്നുവെച്ചാ ഇങ്ങനെ പിരിഞ്ഞു നിൽക്കുന്നത് ...

ഒരു മാസമായി അയാൾക്ക് മകൻ പിറന്നിട്ട് മകനെ കാണാൻ ഓടിയെത്തണമെന്നുണ്ടായിരുന്നു; ഭാര്യയാണ് തടഞ്ഞത് ഇപ്പോ വന്നാ പ്രേമേട്ടാ നിങ്ങള് നിങ്ങളെ വീട്ടിലും ഞാൻ എന്റെ വീട്ടിലും അല്ലേ താമസിക്കാ. രണ്ടുമാസം കഴിഞ്ഞാ എന്നെയങ്ങ് കൂട്ടിപോവൂലേ. എന്നിട്ടു വന്നാമതി.

അതാണ് നല്ലതെന്ന് അയാൾക്കും തോന്നി. പെട്ടെന്നാണ് കാര്യങ്ങളൊക്കെ മാറി മറിഞ്ഞത്. കൊറോണ എന്നത് ഏതോ നാട്ടിൽ ആർക്കോവന്ന അസുഖം എന്നേ അയാൾ കരുതിയിരുന്നുള്ളു. ഒന്നു മുങ്ങിനിവർന്നപ്പോഴേക്കും പ്രളയംപോലെ അസുഖം തന്റെ നാടിനേയും ഇവിടേയും മുക്കികളയുമെന്ന് എങ്ങനെ വിചാരിക്കാനാണ്?

ഏതാനും ആഴ്ചകൾ അല്ല, മാസങ്ങൾതന്നെ പിടിച്ചുനിൽക്കാൻ ശ്രമിച്ചു. ജോലിയില്ല, കൂലിയില്ല, രോഗഭീതിയും. അവസാനം അയാൾ

ഭാര്യയോടുപറഞ്ഞു: ഒന്നും നടക്കൂന്ന് തോന്നുന്നില്ല' ഹോട്ടലു തുടങ്ങാന്നു പറഞ്ഞ ഒരു ചങ്ങാതി നാട്ടിൽപോയി. ഇനി മടങ്ങിവരൂന്നുതോന്നണില്ല. കൃഷ്ണനുണ്ണിയും പോകാനുള്ള ഒരുക്കത്തിലാ. പിന്നെ ഞാനും അബ്ദുക്കയുമേ ഇവിടെയുണ്ടാകൂ. ഞാനും മടങ്ങിയാലോ എന്നാ ആലാചിക്കണത്...

മറുഭാഗത്തുനിന്ന് മറുപടിയൊന്നുമുണ്ടായില്ല. മറുഭാഗത്തെ നിശ്ശബ്ദത പ്രേമചന്ദ്രനെ മുറിപ്പെടുത്തുകയും നിരാശപ്പെടുത്തുകയും ചെയ്തു.

അടുത്തദിവസം വിളിച്ചപ്പോൾ ഭാര്യപറഞ്ഞു: അച്ഛൻ പറയാണ്, അവര് പ്രായമായവരല്ലേ ... എവിടെയാപോയി താമസിക്കാ എന്നൊക്കെ.

മറുപടി അയാളുടെ മനസ്സിലുണ്ടായിരുന്നു.

മകളുടെ വീട് അവിടെ അടുത്തുതന്നെയല്ലേ. മൂന്നാഴ്ച പോയി താമസിക്കേണ്ട കാര്യമല്ലേയുള്ളു

പിറ്റേദിവസത്തെ വിളിയിൽ ഭാര്യ പറഞ്ഞു: പ്രേമേട്ടനറിയ്യോ എന്നറിയില്ല. എന്റെ വീടിനടുത്ത് ഒരാള് ഗൾഫിന്നു വന്ന് ബുക്ക്സ്റ്റാളു തുടങ്ങീതാ. നഷ്ടത്തിലായി അടച്ചുപൂട്ടേണ്ടിവന്നു. അവിടെയുള്ളവർഇവിടെ വന്ന് ബിസിനസ്സ് തുടങ്ങിയാലൊന്നും ശരിയാവൂലാ..

അടുത്തദിവസം അവൾ വീണ്ടുംപറഞ്ഞു: പ്രേമേട്ടനറിയ്യോ... ഈ പുറത്തുനിന്നു വരണവരെക്കൊണ്ടാ കുഴപ്പങ്ങളത്രയും. ഗൾഫീന്നു വന്ന പയ്യനാ.. മൂന്നാഴ്ച ക്വാറന്റീൻ കഴിഞ്ഞ് അവന്റെ വക ഒരു ബർത്ത്ഡേ പാർട്ടി. പത്തുനൂറ് ആളൂണ്ടായിരുന്നു. പാർട്ടികഴിഞ്ഞ് പരിശോധിച്ചപ്പോ അവൻ കൊറോണ പോസറ്റീവ്. സകല ആൾക്കും പകർന്നുകൊടുത്തിട്ടുണ്ടാകും.

അയാൾക്കു പറയണമെന്നുണ്ടായിരുന്നു; നിങ്ങൾ വീടിനുള്ളിൽ സുരക്ഷിതരായി ഇരിക്കുന്നത് കുറച്ചുപേർ പുറത്തുപോകാൻ ഉള്ളതുകൊണ്ടാണ്.

ഒന്നും പറഞ്ഞില്ല. കയ്പുള്ളൊരു ഗുളിക നാവിൽ തൊടാതെ വിഴുങ്ങിയതിനുശേഷം തികട്ടിവരുന്നതുപോലൊരനുഭവം. അയാളുടെ മുഖം ശ്രദ്ധിച്ച കൃഷ്ണനുണ്ണി ചോദിച്ചു: എന്തേയ് ...

ഒന്നുമില്ല വായാകെ കയ്ക്കുന്നതു പോലൊരനുഭവം.

വായല്ലാ, മനസ്സാണ് കയ്ക്കണത്... എനിക്കിപ്പോ തോന്നാറുണ്ട്.

നമ്മൾ ആരേയും ചുമന്നു നടക്കരുത്; കൈപിടിച്ച് നടത്താനേ പാടുള്ളു. ചുമന്നാൽ നടക്കാനുള്ള കഷ്ടപ്പാട് അവർ അറിയില്ല. അവരൊട്ട് നടക്കാൻ പഠിക്ക്യേം ഇല്ല.

പറഞ്ഞ്പറഞ്ഞ് കൃഷ്ണനുണ്ണിയും പോയി. അവശേഷിച്ചത് പ്രേമ

ചന്ദ്രനും അബ്ദുക്കയും. അബ്ദുക്ക നാട്ടിൽപോകില്ലെന്ന് ഉറപ്പാണ്. നിക്കാഹ് കഴിഞ്ഞ് പതിനഞ്ചുദിവസം കഴിഞ്ഞപ്പോൾ ഷാർജയിൽ തിരിച്ചെത്തിയതാണ്. ആദ്യമൊക്കെ മുടങ്ങാതെ വിളിയും നിലവിളിയുമായിരുന്നു. പിന്നീടൊരുനാൾ കേട്ടു പെണ്ണ് മറ്റൊരാളുടെ ഒപ്പം ഒളിച്ചോടിപോയെന്ന്.

അഞ്ചടി ആറിഞ്ചുപൊക്കവും തൊണ്ണൂറുകിലോഭാരവുമുള്ള ആ സാധുമനുഷ്യൻ ജീവിതത്തിനുമുമ്പിൽ അന്നുപകച്ചുനിന്നതാണ്. ഇന്നും നിവർന്നുനിൽക്കാനായിട്ടില്ല.

ഒരുദിവസം കണ്ണാടിയിൽ നോക്കിനിൽക്കേ പ്രേമചന്ദ്രനുതോന്നി താൻ കാണുന്നതു മറ്റാരുടേയോ മുഖമാണെന്ന്. രണ്ടു കണ്ണുകൾക്കു മധ്യേ മുകളിയായി മൂന്നാമതൊരു കണ്ണുതിളങ്ങുന്നു! അഞ്ചു ജ്ഞാനേന്ദ്രിയങ്ങളും അഞ്ചുകർമ്മേന്ദ്രിയങ്ങളും കഴിഞ്ഞാൽ പതിനൊന്നാമത്തെ ഇന്ദ്രിയം മനസ്സാണ്. മൂന്നാംകണ്ണ് തുറക്കുന്നത് മനസ്സിലേക്കാണ്. ആ കണ്ണകളിൽ തെളിയുന്നത് മറ്റുപലരുടേയും മനസ്സാണ്.

അയാൾക്കപ്പോൾ അബ്ദുക്കയെ കെട്ടിപ്പിടിച്ച് ഒന്നുകരയണമെന്നു തോന്നി. അബ്ദുക്കയെ ആശ്വസിപ്പിക്കാനും സ്വയം ആശ്വസിക്കാനും...

പ്രണയം

സന്ധ്യയ്ക്കാണ് അയാൾ മരിച്ചു എന്ന വാർത്ത നാട്ടിൽ പരന്നത്. കേട്ടവരിൽ ചിലരൊക്കെ ആ വീട്ടുമുറ്റത്ത് ഒത്തുകൂടി. ഇന്നുതന്നെ യുണ്ടോ? ആരെകാത്തിരിക്കാനാ? ആരുമില്ലല്ലോ.. പിന്നെ ഒരുതിരു ത്തലോടെ പറഞ്ഞു: നമ്മളൊക്കെത്തന്നെയല്ലേഉള്ളു..

തെക്കേമുറ്റത്ത് ചിതയൊരുക്കേണ്ടയിടം ചൂണ്ടിക്കാണിച്ചു വീട്ടുകാർ. അവരിപ്പോവരും സാധനങ്ങളുമായി .വരുന്നതിനുമുമ്പ് കുളിപ്പിക്കേ ണ്ടേ?

കത്തിക്കാനുള്ള ശരീരമല്ലേ.. കുളിപ്പിക്കണോ?

കുളിപ്പിച്ചേക്കാം. ഇനി അവസരമുണ്ടാകില്ലല്ലോ.. അവസാനത്തെ കുളിയല്ലേയിത്.

മലമൂത്രഗന്ധം തങ്ങിനിന്ന മുറിയിൽനിന്ന് ശരീരം കുളിമുറിയിലേ ക്കുമാറ്റി. ഷീറ്റിൽ കിടത്തി വസ്ത്രങ്ങൾ അഴിച്ചുമാറ്റുന്നതിനിടെ ആരോ എണ്ണയുമായി എത്തി.

എണ്ണവേണോ?

ഇരിക്കട്ടേന്ന്..

തലയിലും ഉടലിലും എണ്ണപുരട്ടുന്നതിനിടെ അയാളൊരു ശിശു വായി നൊണ്ണുകാട്ടിച ിരിച്ചു തുടങ്ങി. കഴുത്തിലും കക്ഷത്തിലും വിരലുമുട്ടിയപ്പോൾ ഇക്കിളിയോടെ വീണ്ടുംചിരിച്ചു. കാലിൽ എണ്ണപുര ണ്ടപ്പോൾ കാൽകുടഞ്ഞ് പണ്ടു പാളയിൽകിടന്നു കുളിച്ച സുഖമറിഞ്ഞു. ചൂടുവെള്ളത്തിൽ കുളിച്ചു തോർത്തി ഉള്ളതിൽ പുതിയവസ്ത്രങ്ങൾ ധരിച്ചപ്പോഴേക്കും ചിതയൊരുങ്ങി. അഞ്ചടുക്ക് ചിരട്ട അതിനുമേലെ വിരിച്ച ചകിരിമെത്തയിൽ കിടത്തി മേലേ വിറകു കൊണ്ടുപൊതിഞ്ഞു. എണ്ണയിൽ മുക്കിയ തിരിക്ക് തീകൊളുത്തി ചിതയിലേക്കുപകർന്നു. തീ മെല്ലെമെല്ലെ കത്തിപ്പടർന്നു.

അച്ഛനല്ലാത്തൊരാളെ അച്ഛാ.. എന്നു വിളിക്കേണ്ടിവന്നതിലെ ദൈ

ന്യതയാണ് ആദ്യം കത്തിയെരിഞ്ഞത്.. അമ്മയോടൊപ്പമിരുന്നപ്പോൾ അന്യനായൊരാൾ വന്ന് മുറിക്കു പുറത്താക്കി കതകടച്ചതിന്റെ കണ്ണീരും തീയിൽ ആവിയായി. നാട്ടിൻപുറത്തെ ചെറിയൊരു ചായക്കടയിൽ ചായ കുടിക്കാനിരുന്നപ്പോൾ കാശുണ്ടെങ്കിൽ കുടിച്ചാൽ മതി അല്ലെങ്കിൽ കടംതീർക്കാൻ അമ്മയുടെ അടുത്ത് വരേണ്ടിവരുമെന്നു പറഞ്ഞപ്പോൾ അതുകേട്ടുകുനിഞ്ഞ ശിരസ്സിനേയും തീയ്യെടുത്തു. ചരലിൽ ചവിട്ടി തേഞ്ഞുതീരാറായ പാദങ്ങളും ഉരുകിതീർന്നു. ആരെയേ ആലിംഗനം ചെയ്യാനായി പാതിയുയർത്തിയ കൈകളും സന്ധിബന്ധങ്ങളറ്റു കനലായി എരിഞ്ഞു.

കത്തുവാൻ ബാക്കിയായത് ഒന്നുമാത്രം..

ആർക്ക് ആരെയാണ് സ്വീകരിക്കാൻ കഴിയാതെപോയതെന്ന് തിരിച്ചറിയാനാവാതെ ഒരു പ്രണയമപ്പോഴും നെഞ്ചിൻകൂട്ടിൽ ജീവൻ തുടിച്ച് കിടക്കുന്നുണ്ടായിരുന്നു ..

യാത്രയയപ്പ്

തീയ്യതി എനിക്കോർമ്മയുണ്ട്. മാർച്ചുമാസത്തിലെ അവസാനത്തെ ഞായറാഴ്ചയായിരുന്നു അന്ന്. ആ വിദ്യാഭ്യാസ ജില്ലയിൽനിന്ന് ആ വർഷം വിരമിക്കുന്ന എല്ലാ അധ്യാപകർക്കുമായി ഒരു യാത്രയയപ്പ് സംഘടിപ്പിച്ചത് അന്നായിരുന്നു. വിരമിക്കുന്ന അധ്യാപകർ, അവരോട് അടുപ്പമുള്ള മറ്റ് അധ്യാപകർ, പ്രശസ്തരായ പൂർവ്വവിദ്യാർത്ഥികൾ എല്ലാവരും ഹാളിൽ തിങ്ങിനിറഞ്ഞു. വിരമിക്കുന്നവരെക്കുറിച്ചുള്ള സ്തുതിഗീതങ്ങൾകൊണ്ട് എല്ലാവരും മത്സരിച്ചുകൊണ്ടിരുന്നു. ഇരട്ടപ്പേരുവിളിച്ചതും മൂത്രപ്പുരയിൽ തെറിവാക്കെഴുതിയതും മറന്ന് പൂർവ്വവിദ്യാർഥികൾ നെഞ്ചിൽ കൈവെച്ചു പറഞ്ഞുകൊണ്ടിരുന്നു... എന്റെ എല്ലാ ഉയർച്ചകൾക്കും കാരണം ഈ ഗുരുനാഥന്മാരാണ്!

പരിപാടികൾ അവസാനത്തേക്ക് എത്തിയിരുന്നു. കർട്ടനു പിന്നിൽ മറഞ്ഞിരിക്കുന്ന ഭക്ഷണം പുറത്തെടുക്കേണ്ട നേരമായി. ഹാളിലേക്ക് ഒരു പോലീസുകാരൻ പ്രവേശിച്ച് വിളിച്ചുചോദിച്ചു.

'ആരാ സദാനന്ദൻമാഷ് ?

സദാനന്ദൻമാഷ് താടി വളർത്തിയ, വിഷാദം നിറഞ്ഞ കണ്ണുകളുമായി ഏതുപരിപാടിക്കും പിൻബെഞ്ചിൽ ഇരിപ്പുറപ്പിക്കുന്ന ഇരുണ്ടു മെലിഞ്ഞ അമ്പതുവയസ്സുകാരൻ മുഖമുയർത്തിനോക്കി.

'നിങ്ങളോടൊന്നു സ്റ്റേഷനിലേക്കു വരണമെന്ന് സർക്കിളു പറഞ്ഞു'.

സദാനന്ദൻ നിശ്ശബ്ദനായി പോലീസിനെ പിന്തുടർന്നു. സ്വന്തം ബൈക്കിനടുത്തേക്കു നീങ്ങിയപ്പോൾ പോലീസുവിലക്കി.

'ജീപ്പിൽ കയറിയാൽ മതി, കുറച്ചുസമയത്തെ ആശയക്കുഴപ്പത്തിന്ശേഷം പരിപാടി വീണ്ടും തുടരാൻ തീരുമാനിച്ചു.

ഭക്ഷണത്തിനായി കസേരയും മേശയും അറെഞ്ചു ചെയ്തുകൊണ്ടിരിക്കുമ്പോൾ കൂട്ടത്തിലുള്ളവർ ചോദിച്ചു

'നമുക്കൊന്നു പോയി നോക്കണ്ടേ. എന്താകാര്യംന്ന് അറിയില്ലല്ലോ. എല്ലാകണ്ണുകളും എന്റെ നേരെയായി. സംഘടനയുടെ നേതാവ് എന്ന നിലക്ക് ഞാനാണ് പോകേണ്ടതെന്ന് അവർ വിധിയെഴുതി. തനിച്ചുപോകാൻ മടിയുള്ളതുകൊണ്ട് ഇടത്തുനിന്നും വലത്തുനിന്നും ഓരോരുത്തരെ കൂടെകൂട്ടി.

സ്റ്റേഷനിലെത്തിയപ്പോൾ അഴികൾക്കുള്ളിൽ നിൽക്കുന്ന സദാനന്ദനെ കണ്ട് ഞങ്ങളൊന്നു ഞെട്ടി. എന്താണു കാര്യമെന്നു ചോദിച്ചപ്പോൾ പോലീസുകാരൻ പറഞ്ഞു

'സാറിപ്പോവരും. എന്താകാര്യംന്ന് സാറിനേ അറിയാവൂ.'

സ്റ്റേഷൻവരാന്തയിലുള്ള രണ്ടുകസേരകളിലായി കൂടെവന്നവർ രണ്ടുപേരുമിരുന്നു.

ചുറ്റുമൊന്നു നോക്കി ഇരിപ്പിടമില്ലെന്നറിഞ്ഞ് തൂണും ചാരി ഞാനവിടെനിന്നു. സമയം പൊയ്ക്കൊണ്ടിരുന്നു.

ഭക്ഷണം കഴിഞ്ഞ് ഹാളും ഒഴിവാക്കി അവരൊക്കെ പോയിട്ടുണ്ടാകും: ഞാൻ നിരാശനായി.

അവസാനം സർക്കിൾ വന്നു. അദ്ദേഹത്തിന്റെ ചിത്രം ഞാൻ പത്രത്തിൽ കണ്ടിട്ടുണ്ടായിരുന്നു.

ഏതോ മണൽമാഫിയ വൈരാഗ്യം തീർക്കാൻ വധിക്കാൻ ശ്രമിച്ചതും അതിസാഹസികമായി അദ്ദേഹം രക്ഷപ്പെട്ടുവന്നതുമൊക്കെ ഒരിക്കൽ വാർത്തയായിരുന്നു. സർക്കിൾ പോലീസുകാരനെ മാറ്റിനിർത്തി എന്തോ സംസാരിച്ചു. അതിനുശേഷം എന്റെ അരികിലേക്കുവന്നു. സഹപ്രവർത്തകനെ അന്വേഷിച്ചുവന്നതായിരിക്കും..

'അതേസാർ. എന്താണ്കാര്യം?'

'നീയേതു സ്ക്കൂളിലാ പഠിപ്പിക്കുന്നത്?'

സ്റ്റേഷനിലെത്തിയാൽ പണ്ടുപഠിപ്പിച്ച അധ്യാപകനെപോലും പോലീസ് നീ എന്നേ വിളിക്കൂ ഞാൻ സ്കൂളിന്റെ പേരുപറഞ്ഞു.

'എൽപി സ്കൂളാണല്ലേ. നാലാം ക്ലാസുവരെയല്ലേ കാണു..

ഞാനൊന്നും മിണ്ടിയില്ല.

'നീ എത്രപെൺപിള്ളേരെ മടിയിലിരുത്തീട്ടുണ്ട്?

ഞാൻ അമ്പരപ്പോടെ സദാനന്ദനെ നോക്കി. ഇനി സർക്കിളിന് ആളുമാറിപ്പോയോ..

മറുപടിയില്ലാത്തതുകൊണ്ടാകാം സർക്കിൾ പറഞ്ഞു: ഇന്നത്തെ ഒരു സിനിമാനടി എന്റെ കൂടെ അഞ്ചാംക്ലാസ്സിൽ പഠിച്ചിരുന്നു. കണക്കു സാർ ക്ലാസിൽ വന്നാൽ വിഷമമുള്ള ഒരു കണക്ക് ബോർഡിലെഴുതി

ഞങ്ങളോട് ചെയ്യാൻപറയും. എന്നിട്ട് അവളെ എടുത്ത് മടിയിലിരുത്തി ലാളിക്കും. താനും അങ്ങനെയൊക്കെ ചെയ്യുന്നുണ്ടാകും ഇല്ലേ?

പ്രായമായ മക്കളുടെ മുമ്പിൽവെച്ച് നീ എത്രപേരെ ബലാൽക്കാരം ചെയ്തിട്ടുണ്ടെന്നു ചോദിച്ചാൽ തോന്നുന്ന ജാള്യതയായിരുന്നു എനിക്കപ്പോൾ ഒരു മെഴുകുപ്രതിമപോലെ ഉരുകി ഞാൻ ഞാനല്ലാതെയാകുന്ന തോന്നൽ.

സർക്കിൾ വീണ്ടും തുടർന്നു

'നാളെ കോടതിയിൽ ഹാജരാക്കും. അവിടെനിന്ന് ഇറക്കിക്കോ. ചൈൽഡ്ലൈൻ പ്രവർത്തകരുടെ പരാതി കിട്ടിയിട്ടുണ്ട്.

ഞാൻ സദാനന്ദനെ സൂക്ഷിച്ചുനോക്കി. എല്ലാ വികാരങ്ങളുമടങ്ങിയ, പായൽ മൂടിയ കയംപോലെ നിർവ്വികാരമാണ് ആ മുഖം. വിവാഹം കഴിച്ചിട്ട് സ്വന്തം ഭാര്യയെപ്പോലും പീഡിപ്പിക്കാൻ കഴിയാത്തവൻ.

ഒരുമാസം കഴിഞ്ഞപ്പോൾ അവന്റെ പൗരുഷത്വത്തെത്തന്നെ ചോദ്യം ചെയ്ത് വിവാഹമോചനം നേടി ഭാര്യ.

എനിക്കറിയാവുന്ന സദാനന്ദൻ ഒര ുഅശ്ലീലകഥയിലെ നായകനാവില്ല. ഒരുപക്ഷേ നിഷേധിക്കപ്പെട്ട പിതൃത്വം അവന്റെ മനസ്സിൽ ഉണർന്നെങ്കിലോ.. ചിത്രശലഭത്തെപ്പോലെ പാറിനടന്ന ഒരു അഞ്ചുവയസ്സുകാരിയെ മടിയിലിരുത്തി കവിളിൽ വാത്സല്യമുദ്ര ചാർത്തിയതാണെങ്കിലോ..

സദാനന്ദന്റെ കണ്ണിൽ അവനോടുതന്നെയുള്ള ഒരു പകയുടെ തിളക്കം ഞാൻ കണ്ടു. മനസ്സിലെ കനൽകൂമ്പാരത്തെ തട്ടിത്തെറിപ്പിച്ച് ഇളകിയാടുന്നൊരു ചാമുണ്ഡിയെ അവൻ തളച്ചിട്ടിരിക്കുകയാണ്.

തിരിച്ചുപോകാൻ തുനിഞ്ഞ എന്നെ ആംഗ്യംകൊണ്ട് വിലക്കിയിട്ട് സർക്കിൾ അഴിക്കുള്ളിൽ നിൽക്കുന്നവരെ നോക്കി ചോദിച്ചു.

'നിനക്ക് ഭക്ഷണം വേണ്ടേടാ.. അതുവരെ രംഗത്തു വരാതിരുന്ന ഒരാളാണ് മറുപടി പറഞ്ഞത്'

'വേണം സാർ.'

'എന്താവേണ്ടത്?'

'ചപ്പാത്തിയും ചിക്കനും'

'നിനക്കോ?'

ആ ചോദ്യം സദാനന്ദനോടായിരുന്നു. സദാനന്ദനും തലകുലുക്കി.

'രണ്ടുപേർക്കുമുള്ള ഭക്ഷണം വാങ്ങികൊടുത്ത് പൊയ്ക്കോ..'

ഞാൻ ഇടത്തും വലത്തും നോക്കി. ചില പ്രേതസിനിമകളിൽ കാണുന്നതുപോലെ രണ്ടുപേരും അപ്രത്യക്ഷരായിരിക്കുന്നു ..

എന്നെ കാത്തിരിക്കുന്നതുപോലെ ഒരു തട്ടുകട അവിടെ ചെറിയവെളിച്ചം പരത്തിനിന്നു. ഭക്ഷണം വാങ്ങിയേൽപ്പിച്ച് മടക്കയാത്രയ്ക്കായി ഞാനെന്റെ കാറിനടുത്തെത്തി. കാർ തുറന്ന് സ്റ്റിയറിങ്ങിൽ കൈവെച്ചപ്പോൾ മനസ്സിലായി... കൈയും മനസ്സും എന്റെ നിയന്ത്രണത്തിലല്ലാ...

കാറിൽ നിന്നിറങ്ങി അതുവഴി പോയൊരു ഓട്ടോയ്ക്കു ഞാൻ വീട്ടിലെത്തി. ഉമ്മറത്ത് ഭാര്യ എന്നെയും പ്രതീക്ഷിച്ചുനിൽപ്പുണ്ടായിരുന്നു.

'ഞാനും കുട്ട്യോളും ഭക്ഷണം കഴിച്ചു. നിങ്ങള് ആട്ന്ന് കഴിച്ചിട്ടുണ്ടാവൂലോ.. കതകടയ്ക്കട്ടെ.'

മറുപടി പറയാതെ ഞാൻ നേരെ കിണറ്റിനടുത്തേക്കാണു പോയത്. കപ്പി കരയുന്ന ശബ്ദം കേട്ടിട്ടാവണം ഭാര്യ എന്റെ അടുത്തെത്തി.

'ഇതെന്താ ഷവറിൽ കുളിക്കാതെ കിണറ്റിലെ വെള്ളത്തിൽ കുളിക്കാമെന്ന് വെച്ചത്?'

ബക്കറ്റോടെ വെള്ളം തലയിലൊഴിച്ചുകൊണ്ട് ഞാൻ പറഞ്ഞു

'ഒന്നു തണുക്കട്ടെ!'

പറയാൻ മറന്നത്

രാത്രി ഭക്ഷണം കഴിച്ചാൽ അടുക്കളയൊന്നൊതുക്കി ഫോണുമായി കിടപ്പുമുറിയിലേക്കു പോവുകയാണ് ഹേമടീച്ചറുടെ പതിവ്. ആ സമയത്ത് ബാൽക്കണിയിലിരുന്ന് തന്റെ ഏതെങ്കിലും പഴയകാലസുഹൃത്തിനു ഫോൺ ചെയ്യുകയാവും ശശിമാഷ്. രണ്ടുപേരും വിരമിച്ചവരാണ്. ഏകമകൻ അഭിലാഷ് എറണാകുളത്ത് ഒരു ഐ.ടി. കമ്പനിയിൽ ജോലി ചെയ്യുന്നുണ്ട് എന്നാണവരുടെ വിശ്വാസം. ഇടയ്ക്കിടയ്ക്ക് ജോലി മാറുന്നതുകൊണ്ട് അവനിപ്പോൾ ജോലി ചെയ്യുന്നുണ്ടോ എന്നുപോലും അവർക്കറിയില്ല.

പതിവുതെറ്റിച്ച് അന്നു ഹേമടീച്ചർ ശശിമാസ്റ്ററുടെ അടുത്തുവന്നിരുന്നു. മാഷ് ഫോണിൽ സംസാരിക്കുന്നത് കുറച്ചുസമയം നോക്കിയിരുന്നിട്ടു ചോദിച്ചു: ഇത്ര കൂളായിരിക്കാൻ മാഷെക്കെങ്ങനെ കഴിയുന്നു? നാളെയാണവരുടെ വിവാഹമോചനം. ഈ മുറ്റത്ത് കളിച്ചുനടക്കേണ്ട കുട്ടി പിന്നെ നമ്മുടേതല്ലാതാകും.

'കുട്ടിയിൽനിന്നല്ലല്ലോ മോചനം നേടുന്നത്'

'അവൾ കുട്ടിയെ പിന്നെ നമ്മുടെ അടുത്തേക്കയക്ക്വോ?'

'കുട്ടി വളരേണ്ടത് അമ്മയോടൊപ്പമല്ലേ? അതും ഒരുപെൺകുട്ടി.

'അരുണയ്ക്കെങ്ങനെ മനസ്സു വന്നൂന്നാ. എന്താ അവനൊരു കുറ്റം? എത്രകാലം സ്നേഹിച്ചുനടന്നതാ? എന്നിട്ടു കല്യാണം കഴിഞ്ഞിട്ട് അഞ്ചു വർഷം തികച്ചില്ല. ഇക്കണക്കിന് ഞാനൊക്കെ എന്നേ ഡിവോഴ്സ് ചെയ്യേണ്ടതാ?'

മാഷൊന്നു സൂക്ഷിച്ചുനോക്കി മൗനം തുടർന്നു.

'നാട്ടിലെന്ത് പ്രശ്നം ഉണ്ടെങ്കിലും അതിനുപിന്നാലെ നടക്കാൻ മാഷക്ക് നേരംണ്ട്. മോന്റെ കാര്യം വന്നപ്പോ അനക്കമില്ല. അന്നേ ഇത് വേണ്ടെന്നുവെച്ചാ മത്യായിരുന്നു. ഞാൻ പറഞ്ഞതാ.. അമ്മേം മോളും

മാത്രേഉള്ളൂ, ഏതുകാര്യത്തിനും നീ തന്നെ പുറകെ നടക്കേണ്ടിവരുംന്ന്. കഴിച്ചേ തീരൂന്ന് അവനു വാശി. ഇപ്പോന്തായി? ഇനി നാട്ടുകാര് ഇദും പറഞ്ഞ് നടക്കും.

മാഷ് ഹേമടീച്ചറെ നോക്കി. ഹേമ ശരിക്കും വിഷമിക്കുന്നുണ്ടെന്നു മാഷിനറിയാം. ഉള്ളിലുള്ളതിന്റെ പകുതിയെ അവൾ പുറത്തുകാണിക്കാറുള്ളു. തന്നോടുതന്നെയെന്നപോലെയാണ് മാഷ് പറഞ്ഞുതുടങ്ങിയത്: അവർ ചെയ്യുന്നത് അവരുടെ ശരികളാണ്. നമ്മൾ പറയുന്നത് നമ്മുടെ ശരികളും. കാലത്തിനനുസരിച്ച് അപ് ഡേറ്റാകാൻ കഴിയാതെ അതിരുകളിലേക്ക് ഒതുങ്ങേണ്ടിവന്നത് നമുക്കാണ്. അതോ ഇനി അവർക്കാണോ അപ്ഡേഷൻ വേണ്ടത്? എന്തും അറിഞ്ഞുചെയ്യാനുള്ള കഴിവ് അവർക്കു നഷ്ടമായിരിക്കുന്നു. ഉത്തരവു കാത്തിരിക്കുന്ന റോബട്ടുകളെപ്പോലെയാണ് അവരുടെ മനസ്സ്.

കഴിഞ്ഞ ആഴ്ച മാഷ് അരുണയെ കാണാൻ പോയിരുന്നു. ഹേമയറിയാതെ. മാഷുചെല്ലുമ്പോൾ പേരക്കുട്ടിയും അവളെ നോക്കാൻ നിർത്തിയിരിക്കുന്ന സഹായിയും മാത്രമേ വീട്ടിലുണ്ടായിരുന്നുള്ളൂ. മാഷെക്കണ്ട് കൊച്ചുമകൾ ഓടി അടുത്തെത്തി. അവൾ വരച്ചുകൊണ്ടിരുന്ന ഒരു ചിത്രം മാഷെ കാണിച്ചു.

'അച്ഛാച്ചാ, ഇത്പൂച്ചയാ.'

മാഷ് ഗൗരവം വിടാതെ ആ പൂച്ചയെ നോക്കി ആവോളം ആസ്വദിച്ചു.

'പൂച്ചയ്ക്ക് രണ്ട് കണ്ണില്ലേ? ഇതിനു കണ്ണില്ലല്ലോ?'

ചിത്രം തിരികെ വാങ്ങി ഏതാനും വരകൾകൊണ്ട് അവൾ കണ്ണുകൾ രേഖപ്പെടുത്തി. അംഗീകാരത്തിനായി വീണ്ടും മാഷെ സമീപിച്ചു.

അപ്പോഴാണ് അരുണ ജോലികഴിഞ്ഞ് വീട്ടിലെത്തിയത്. ഞാനിപ്പോ വരാമച്ഛാ എന്നുപറഞ്ഞുപോയവൾ കുളിച്ചുവസ്ത്രം മാറി രണ്ടു കപ്പു ചായയുമായാണ് മടങ്ങിവന്നത്. ചായ കുടിച്ചുകൊണ്ടിരുന്നപ്പോൾ മാഷ് ചോദിച്ചു: മോള് ആലോചിച്ചുതന്നെയാണോ?'

'വിവാഹം കഴിഞ്ഞ അന്നുമുതൽ ഞാൻ ആലോചിക്കുന്നതാണച്ഛാ. ഒരുമിച്ചു താമസിക്കുന്നുണ്ടെങ്കിലും ഇവിടത്തെ ഒരു പേയിംഗ് ഗസ്റ്റാ അഭി. തോന്നുമ്പോവരും. തോന്നുമ്പോ പോകും. ഈ അഞ്ചു വർഷംകൊണ്ട് മൂന്നുവട്ടം ജോലി മാറി. എനിക്കോ കുട്ടിക്കോ ഒരു ൃഅസുഖം വന്നാൽ വരെ അഭി അറിയാറില്ല' . കഴിഞ്ഞവർഷം, അച്ഛനറിയ്യോ.. അമ്മയ്ക്കു സുഖമില്ലെന്നു പറഞ്ഞു ഫോൺ വന്നു. എനിക്കുമാത്രമുള്ള ടിക്കറ്റെടുത്തു കൈയിൽ തരുമ്പോഴാണ് ഞാനറിയുന്ന

ത്, അഭിവരുന്നില്ലെന്ന്. അഞ്ചുദിവസം അമ്മ ഐ.സി.യുവിൽ കിടന്നു. മോളുമായി ഞാൻ പുറത്തും. നീ പറഞ്ഞിരുന്നെങ്കിൽ ഞാൻ വരുമായിരുന്നു എന്ന് പിന്നീട് എന്നോടു പറഞ്ഞു. എന്തൊക്കെയാണച്ഛാ ഞാൻ പറയേണ്ടത്?

പെയ്തുതീരാത്തൊരു മഴക്കാറ് സ്വരത്തിൽ നിറയുന്നത് മാഷറിഞ്ഞു. ആരോടും പരാതിപറയാതെ, ആരേയും കുറ്റപ്പെടുത്താതെ ജോലിസ്ഥലത്തും വീട്ടിലും കുട്ടിയുടെ അടുത്തും രോഗിയായ അമ്മയുടെ അരികിലുമായി ഓടിത്തളരുന്നൊരു പെൺജീവിതത്തെ മാഷ് അടുത്തറിയുകയായിരുന്നു. തനിക്കൊന്നും ചെയ്യാനില്ല, അല്ലെങ്കിൽ ചെയ്യാനാവില്ല എന്നൊരു ശൂന്യതാബോധം മാഷെ കീഴടക്കി. മകൻ വലുതാകും തോറും അവനെ തന്നിൽനിന്നകറ്റുന്ന തീരരേഖയും വലുതാവുകയാണെന്ന് മാഷ് അറിയുന്നുണ്ടായിരുന്നു. മകനേ.. എന്നു മനസ്സു വിളിക്കുമ്പോഴും ഒരു അപരിചിതനോട്ടം കാണിക്കേണ്ട മര്യാദയും പാലിച്ചുവളർന്നുകൊണ്ടിരുന്ന ഒരു ബന്ധം.

'അമ്മയ്ക്കു സുഖമില്ലാതായതൊന്നും ഞാനറിഞ്ഞില്ല മോളെ. അറിഞ്ഞെങ്കിൽ ഞാൻ വന്നുനിൽക്കുമായിരുന്നു.'

'രാത്രിയോ പകലോ എന്നില്ലതെ അവർ എഴുതുന്ന മരുന്നു വാങ്ങിക്കൊടുക്കാൻ ഐ.സി.യുവിന്റെ പുറത്ത് കാവലിരിക്കേണ്ട പ്രായമല്ല അച്ഛനെന്ന് എനിക്കറിയാം;

യാത്ര പറഞ്ഞിറങ്ങുമ്പോൾ സന്ധ്യ രാത്രിയായിത്തുടങ്ങിയിരുന്നു. രാത്രിവിളക്കുകൾ തെളിഞ്ഞുനിന്നിട്ടും മഴ മാറിനിന്നിട്ടും അന്ധകാരത്തിന്റെ ഒരു സങ്കടക്കടൽ തനിക്കുചുറ്റും പരന്നുകിടക്കുന്നതായി മാഷിനു തോന്നി.

ഹേമടീച്ചറുടെ ദുർബ്ബലമായ കൈത്തണ്ടയിൽ വിരലോടിച്ചു കൊണ്ടിരിക്കേ മാഷറിഞ്ഞു: ഒരു ആശ്വാസവാക്കിനും തങ്ങളുടെ നഷ്ടബോധത്തെ ഇല്ലാതാക്കാനാവില്ല; ഒരുപക്ഷേ കുറച്ചുകൂടി സ്വീകാര്യമായവിധത്തിൽ മനസ്സിനെ പാകപ്പെടുത്താൻ അതിനു കഴിഞ്ഞേക്കുമെന്നുമാത്രം.

മാഷുപറഞ്ഞു: ലോവർ കെ.ജി മുതൽ അവനു ഒന്നാംറാങ്കാണോ എന്നുമാത്രമേ നമ്മൾ ശ്രദ്ധിച്ചിട്ടുള്ളു. അവന് ജീവിതത്തിൽ വിജയിക്കാൻ കഴിയുമോ എന്നു നമ്മൾ ചിന്തിച്ചില്ല. നമ്മുടെ അറിവില്ലായ്മയാകാം, അല്ലെങ്കിൽ കഴിവില്ലായ്മയാകാം. തോറ്റുപോയത് നമ്മൾ കൂടിയാണ്.

സ്നേഹം... സൗകര്യപൂർവ്വം

തിരക്കില്ലെങ്കിൽ ഒന്നിവിടംവരെ വരൂ.. ഞാൻ അന്നപൂർണ ഹോട്ടലിനടുത്തുള്ള ബസ്സ്റ്റോപ്പിലുണ്ട്...

ശ്യാമിന്റെ മെസേജ് വായിച്ച ഉടനെ ഡ്രസ് മാറ്റി ചെറുതായൊന്നൊരുങ്ങി ഗിരിബാല ഹോസ്റ്റലിനു പുറത്തിറങ്ങി. കഷ്ടിച്ച് ഒരുകിലോമീറ്റർ ദൂരമേയുള്ളു അന്നപൂർണ ഹോട്ടലിലേക്ക്. ശ്യാമിനോടൊപ്പം പലവട്ടം ഹോട്ടലിലേക്കും തിരിച്ചിങ്ങോട്ടും നടന്നിട്ടുള്ളതാണ്. കാത്തുനിൽക്കുകയാണല്ലോ എന്ന തോന്നലുണ്ടായതുകൊണ്ടാണ് ഓട്ടോയ്ക്കു കൈ കാണിച്ചത്.

എന്തുപറ്റി എന്നൊരു ചോദ്യം മനസിലുണ്ടായിട്ടും ഗിരിബാല നിശ്ശബ്ദയായി ശ്യാമിനെ പിന്തുടർന്നു .നഗരത്തിൽനിന്ന് ഒഴിഞ്ഞുമാറി പഴയൊരു വീട് രൂപമാറ്റം വരുത്തിയെടുത്തതായിരുന്നു ഹോട്ടൽ അന്നപൂർണ. മുറ്റത്തിനു ചുറ്റുമുള്ള കുറച്ചു സ്ഥലത്ത് ഇപ്പോഴും നാടൻചെടികളുടെ അവശേഷിപ്പുകൾ കാണാം. പ്രായമായ ചെമ്പരത്തിയും ചെത്തിയും മരണം കാത്തുനിൽക്കുന്ന നന്ത്യാർവട്ടവും.' അങ്ങനെ ചിലത്. വൈകുന്നേരങ്ങളിൽ തിരക്കു കുറവായിരിക്കും. സ്വകാര്യത ആഗ്രഹിക്കുന്ന ചിലരൊക്കെവന്നും പോയുമിരിക്കും. വിഭവസമൃദ്ധമായ ഉച്ചഭക്ഷണത്തിന്റെ ആലസ്യത്തിലാണ്ടു കിടക്കുന്ന ഹോട്ടൽ, വരുന്നവർക്ക് എന്തെങ്കിലും ലഘുഭക്ഷണം വിളമ്പി യാത്രയാക്കുകയാണ് പതിവ്.

സ്റ്റെയർകേസ് കയറിച്ചെന്ന് ജനലിനോടു ചേർന്നുള്ള മേശയ്ക്കിരുപുറവുമായി ഇരുന്നു ശ്യാമും ഗിരിബാലയും. പുറംകാഴ്ചയായി നിരത്തിൽ വാഹനങ്ങളുടെ തിരക്കല്ലാതെ മറ്റൊന്നുമുണ്ടായിരുന്നില്ല. പതിവില്ലാത്തവിധം മൗനത്തിലാണ് ശ്യാമെന്നറിഞ്ഞ് ഗിരിബാല ചോദിച്ചു.

'വാട്ട് ഹാപ്പ്ൻഡ്, യു ലുക്ക് സാഡ്'

' ഇന്നു രാവിലെ അമ്മമ്മമരിച്ചു.'

'എയ്ജിഡ്?'

'പ്രായമുണ്ട്. എന്നാലും ഇത്രപെട്ടെന്ന് മരിക്കുമെന്ന് കരുതിയില്ല.'

'അവസാനമൊന്നു കാണാനും പറ്റിയില്ലല്ലോ ...'

'വേണമെന്നുണ്ടായിരുന്നെങ്കിൽ എങ്ങനെയെങ്കിലും എത്തിച്ചേരാമായിരുന്നു. എത്ര വയ്യെങ്കിലും ഓടിവന്ന് എന്നെ അടിമുടി നോക്കി സന്തോഷച്ചിരിയോടെ നിൽക്കുന്ന അമ്മമ്മയെ അല്ലല്ലോ അവിടെ ചെന്നാൽ കാണുന്നത്. മരിച്ചുകിടക്കുന്നവരെ കാണാൻ എനിക്കുമടിയാണ്. കണ്ടില്ലെങ്കിൽ അവരെവിടെയോ ജീവിച്ചിരിക്കുന്നു എന്ന തോന്നലുണ്ടാകും.

ശ്യാമിന്റെ വാക്കുകളിലെ യുക്തിരാഹിത്യം ചുഴ്ന്ന് നോക്കുന്നതിനിടെ വെയിറ്റർ വന്നു. ഗിരിബാലയാണ് കാപ്പിക്ക് ഓർഡർ കൊടുത്തത്. കൂടെ വെജിറ്റബിൾ കട്‌ലറ്റും. അന്നപൂർണ എന്നപേരിനോടൊപ്പം ഓർമ വരുന്നതാണ് കടുപ്പമുള്ള കാപ്പിയുടെ ഗന്ധവും അവിടെമാത്രം കിട്ടുന്ന സാമ്പാറിന്റെ രുചിയും.

സഹതാപത്തിന്റെ അധികവർഷം ശ്യാമിൽ ചൊരിയേണ്ടെന്നു കരുതി പ്രസന്നഭാവം വീണ്ടെടുക്കാനുള്ള ശ്രമത്തിലായിരുന്നു ഗിരിബാല. ചൂടുള്ളകാപ്പി ഊതിക്കുടിച്ചുകൊണ്ട് അവൾ ശ്യാമിന്റെ വാക്കുകൾക്ക് കാതോർത്തു.

ശ്യാംപറഞ്ഞു: ഞാൻ കോളേജിലൊക്കെ പോകുന്ന കാലത്ത് വീട്ടിലെത്താൻ കുറച്ചു വൈകിയാൽമതി അമ്മമ്മ ആകെ വിഷമിക്കും. അമ്മമ്മയുടെ ഹൃദയം താളംതെറ്റി മിടിച്ചുതുടങ്ങും. ശരീരമാകെ കുഴഞ്ഞ് അവശയായി കട്ടിലിൽ കിടക്കുന്നുണ്ടാകും. ഞാൻ അടുത്തുചെന്ന് ആ കൈത്തണ്ടയിൽ തലോടി കുറച്ചുനേരം അടുത്തിരിക്കും. തണുത്തിട്ടുണ്ടാകും ആ കൈകൾ. ഞരമ്പുകൾ തെളിഞ്ഞ് അസ്ഥിമാത്രമായ കൈകൾ. ഞാൻ എഴുന്നേൽപ്പിക്കാൻ ശ്രമിച്ചാൽ കുറച്ചുനേരംകൂടി എന്നെ ചേർത്തുപിടിക്കും. നഷ്ടപ്പെട്ടുപോകുമോ എന്ന് ഭയമുള്ളതുപോലെ. എന്നോടുമാത്രമായി എന്തിനാണിത്ര സ്നേഹമെന്ന് അന്നു ഞാൻ ചിന്തിച്ചിട്ടില്ല. ഇപ്പോൾ എനിക്കു തോന്നുന്നു അമ്മമ്മയും എന്നിൽനിന്ന് അതുപോലൊരു സ്നേഹം ആഗ്രഹിച്ചിട്ടുണ്ടാകുമെന്ന്.

സൈറൺ മുഴക്കിപ്പോയൊരു ആംബുലൻസിന്റെ ശബ്ദം ശ്യാമിന്റെ വാക്കുകളെമുറിച്ചു കളഞ്ഞു. ശബ്ദം അകന്നുപോയിട്ടും പറഞ്ഞതിന്റെ തുടർച്ചയിലേക്കു ശ്യാം മടങ്ങിവന്നില്ല. വീണ്ടുമൊരു കാപ്പിക്ക് ഓർഡർ കൊടുത്ത് ശ്യാം പറഞ്ഞു: ഉച്ചയ്ക്ക് ഭക്ഷണം കഴിച്ചില്ല. ഇപ്പോൾ വിശ

ക്കുന്നു.

കുറച്ചുസമയത്തിനുശേഷം ശ്യാം വീണ്ടും ഓർമകൾക്കുപിന്നാലെ നടന്നുതുടങ്ങി.

അമ്മ അധികകാലം അച്ഛനോടൊപ്പം താമസിച്ചിട്ടില്ല. എന്തോ കാര്യത്തിനു പിണങ്ങി സ്വന്തം വീട്ടിൽ വന്നുനിന്നതാണ്. പിന്നെ തിരിച്ചുപോയില്ല. അച്ഛൻ വിളിച്ചതുമില്ല. അച്ഛൻ കൂടെയില്ലാത്ത കുട്ടി എന്നതിന്റെ അധികസ്നേഹം അമ്മമ്മ എന്നും നൽകിയിരുന്നു. ജോലികിട്ടി ഇങ്ങോട്ടു വന്നപ്പോൾ അമ്മമ്മ ആദ്യം എതിർത്തിരുന്നു.. അത്ര ദൂരേക്കൊന്നും പോകണ്ട...

അമ്മ പരിഹസിക്കും. ഒരു ജോലി കിട്ടാനാണ് പാട്. അപ്പഴാ കിട്ടീത് വേണ്ടാന്നു വെക്കണത്. ഈ സ്നേഹോന്നും മക്കളോട് കാണിച്ചിട്ടില്ലല്ലോ.

അമ്മമ്മയ്ക്ക് അതിനു മറുപടിയുണ്ടാവില്ല. ആലോചനയിലാണ്ട്അങ്ങനെയിരിക്കും. ഞാൻ അരികിലെത്തുമ്പോഴൊക്കെ അമ്മ കേൾക്കാതെ ചോദിച്ചുകൊണ്ടിരിക്കും.. അവിടെ ഭക്ഷണമൊക്കെ ഇഷ്ടത്തിനുണ്ടാക്കിത്തരാൻ ആരാ ഉള്ളത്? തുണിയൊക്കെ തനിയെ കഴുകണ്ടേ.. വയ്യാന്നു തോന്നിയാ ആരോടാ പറയ്യാ..? വേവലാതികൾക്ക് അവസാനമുണ്ടാകില്ല. എനിക്കിപ്പോൾ തോന്നുന്നു.. പ്രായമായവർക്ക് കൂടുതൽ സ്നേഹം വേണ്ടിവരുമെന്ന്. തന്നെ സ്നേഹിക്കാൻ ഒരാളെങ്കിലുമുണ്ടെന്ന തോന്നൽ അവർക്കാവശ്യമാണ്. കുറച്ചെങ്കിലും സ്നേഹം തിരിച്ചു ലഭിക്കാനായിരിക്കും അവർ അത്രയധികം സ്നേഹം എന്നിൽ ചൊരിഞ്ഞത്. എനിക്കും അമ്മമ്മയെ ഇഷ്ടമായിരുന്നു. പക്ഷേ എങ്ങനെയാണത് പ്രകടിപ്പിക്കേണ്ടത് എന്ന് അറിയില്ലായിരുന്നു എന്നുമാത്രം. ഇനിയെന്റെ സ്നേഹം അതുപോലെ ആഗ്രഹിക്കുന്ന മറ്റൊരാളെ ഞാൻ കണ്ടെത്തില്ല ഗിരി ..

കണ്ണീരിന്റെ നനവുണ്ടായിരുന്നു ആ വാക്കുകൾക്ക്. രണ്ടുപേരുടേയും മനസ്സിൽ മ്ലാനത ഒരു ഇരുട്ടായി പടർന്നു. മഴത്തുള്ളികൾ ജനൽപാളിയിൽ വന്നുപതിക്കുന്ന ശബ്ദംകേട്ട് ഗിരിബാല മുഖമുയർത്തി.

'ശ്യാം.. സന്ധ്യയാകുന്നു. മഴയും. നമുക്ക്പോകാം.'

വാഷ്ബേസിനടുത്തുചെന്ന് കൈകഴുകി തിരിച്ചുനടക്കുമ്പോൾ ശ്യാം ഗിരിബാലയെ ഉറ്റുനോക്കി. ശ്യാമിനതു പറയാതിരിക്കാൻ കഴിഞ്ഞില്ല.

'നമ്മളെല്ലാം സൗകര്യപൂർവ്വം സ്നേഹിക്കുന്നവരാണ് അല്ലേ.. ഗിരി' അസൗകര്യമായി മാറുമ്പോൾ ആ സ്നേഹപ്പുതപ്പ് നമ്മൾ എടുത്തുമാറ്റും;

സ്വാതന്ത്ര്യത്തിന്റെ തണുപ്പ് എത്ര അസഹനീയമാണെങ്കിൽപോലും!

പുറത്തിറങ്ങി ആദ്യം കണ്ട കാലി ഓട്ടോയ്ക്ക് കൈനീട്ടി ഗിരിബാല യെ അതിൽ കയറ്റിവിടുമ്പോൾ ശ്യാം ഓർത്തു..

ഇപ്പോൾ ചിത അണഞ്ഞിട്ടുണ്ടാകും..

പിന്നോട്ട് ഒഴുകുന്നപുഴ

അച്ഛാ..

ഏതോ വിദൂരഗ്രഹത്തിൽനിന്നും മകൻ തന്നെ വിളിക്കുന്നതായാണ് ദാമുമാസ്റ്റർക്ക് തോന്നിയത്. അയാൾ ഫോൺ ഒന്നുകൂടി ചെവിയോടു ചേർത്തുവെച്ച് ചോദിച്ചു: ദീപുവല്ലേ..

അതേ അച്ഛാ.. അച്ഛനെന്നെ മനസ്സിലായില്ലേ? സുഹാൻ ഇന്നലെ കോളേജിൽ പോയിട്ട് തിരിച്ചുവന്നില്ല. അവിടെ എത്തിയോ എന്നറിയാനാണ്..

ദാമു മാസ്റ്റർ ഫോൺ ഒരു നിശ്വാസത്തോടെ താഴെവെച്ചു. നേരെ നോക്കിയത് കിടപ്പുമുറിയെ അലങ്കരിച്ചിരുന്ന ഏതാനും ഫോട്ടോകളിലേക്കാണ്. പേരക്കുട്ടിയെ മടിയിലിരുത്തി സുഹാൻ എന്ന് ആ ചെവിയിൽ മന്ത്രിക്കുന്നത് .. കുഞ്ഞുവിരലിൽ പിടിച്ച് ഹരിശ്രീ എന്ന് എഴുതിക്കുന്നത്..

അന്നു വൈകുന്നേരം തന്റെ പരിചയക്കാരനും അവിവാഹിതനുമായ ഗംഗാധരനോട് മാസ്റ്റർക്കു പറയേണ്ടിവന്നു.. ഗംഗാധരാ.. നിങ്ങളാണ് ശരി. ഒന്നും കൊടുത്തില്ല; തിരിച്ചുകിട്ടീം ഇല്ല.. എന്റെ കാര്യം അങ്ങനല്ല.. ഭാര്യ മരിക്കുമ്പോ എനിക്കു നാല്പതുവയസ്സാ പ്രായം. ദീപുവിന് പത്തുവയസ്സ്. വേദയ്ക്ക് ഏഴും. ഒറ്റയ്ക്കാ രണ്ടാളേം വളർത്തീത്. പുലർച്ചെ നാലുമണിക്ക് എണീറ്റ് കാപ്പിയുണ്ടാക്കി മക്കളെ രണ്ടാളേം പഠിക്കാനിരുത്തി ഞാൻ അടുക്കളയിലേക്കുപോകും. അങ്ങനെ എത്ര കാലം! വേദ കല്യാണം കഴിഞ്ഞ് ഭർത്താവിനോടൊപ്പം വിദേശത്ത്. അന്നു ദീപു ഉണ്ടായിരുന്നുകൂടെ. കൈക്കുഞ്ഞായി സുഹാനും.

സുഹാൻ ജനിച്ചതിനുശേഷമാണ് മാസ്റ്റർ തന്റെ അമ്മയെ ഇങ്ങോട്ടു കൂട്ടിവന്നത്. ദീപുവിന്റെ ഭാര്യയ്ക്ക് കുട്ടിയെ വളർത്തി ശീലമില്ല. അമ്മ വേണം നോക്കാൻ ..

തറയിൽ കാലുനീട്ടിയിരുന്ന് സുഹാനെ മടിയിൽകിടത്തി അമ്മ

ഭൂതകാലത്തിലേക്കും പഴങ്കഥകളിലേക്കും യാത്രതിരിച്ചു. എത്ര പറഞ്ഞാലും കഥകൾ പിന്നെയും ബാക്കി. മനുഷ്യരായി ജനിച്ച് ദൈവങ്ങളായി മാറിയവരുടെ കഥകൾ.. അവന്റെ കുട്ടിമനസ്സിൽ കോറിയിട്ട ചിലമാതൃകകൾ. അമ്മപോയതോടെ മുത്തശ്ശിക്കഥകൾക്കുപകരം കോമിക്പുസ്തകങ്ങൾ സ്ഥാനംപിടിച്ചു.

ഒരുദിവസം മകൻ പറഞ്ഞു: അച്ഛാ.. മോനെ ഇവിടത്തെ സ്കൂളിൽ ചേർത്താൽ ശരിയാവില്ല. ടൗണിൽ ചേർക്കണം..

ഞാൻ പഠിപ്പിച്ച സ്കൂളാ.. നീ പഠിച്ചതും. ഇവിടെയെന്താ കുഴപ്പം?

അറിവാകുമ്പോൾ മാറ്റിച്ചേർത്താൽ പോരേ..

പോരാ.. മകന്റെ ഭാര്യയാണ് മറുപടി പറഞ്ഞത്.

ആയിടയ്ക്കു വന്ന ഒരു കുടുംബക്കോടതി വിധി മാസ്റ്ററുടെ മനസ്സിലേക്കോടിയെത്തി.

കുട്ടികളുടെമേൽ അവകാശം അവരുടെ അച്ഛനും അമ്മയ്ക്കും മാത്രമാണ്.

മാസ്റ്റർ കൈ അഴച്ചു. നീ എടുത്തുകൊള്ളു നിന്റെ മകനെ..

വീട്ടിനു പുറത്തിറങ്ങിയാൽ ഏതാനും കിളികൾ മാസ്റ്റർക്കു കൂട്ടായി പറന്നുവരും. വളർന്നു പന്തലിച്ച മരച്ചില്ലകളിലെ തണൽ തേടിയാണ് അവ വരുന്നത്. വീടിനുള്ളിൽ ചുമരിൽ തൂക്കിയ പഴയ ചില ഫോട്ടോകളുടെ മറവിൽനിന്ന് ഗൗളികൾ തലപുറത്തേക്കിട്ടു മാഷെ ത്തന്നെ നോക്കിയിരിക്കും.

ഒരു മനുഷ്യന് എത്രമാത്രം ഏകാന്തനാകുവാൻ കഴിയുമെന്ന് മനസ്സിലാക്കിയിട്ടെന്നവണ്ണം അവ പരസ്പരം ചിലച്ച് വാക്കുകൾ കൈമാറും.

രാത്രിയായാൽ വീടും തൊടിയും മറ്റൊരു തലത്തിലേക്കു മാറും. അസ്ഥിത്തറയിലുറങ്ങുന്ന പൂർവ്വികരൊക്കെ ശരീരം ധരിച്ച് തൊടിയിലാകെ ചുറ്റിനടക്കും. അപ്പോൾ അയാൾ ഏകനല്ലാ.. ഭൂതകാലത്തിലേക്കുള്ള ഘോഷയാത്രയിലെ ഒരു കണ്ണിയാണയാൾ..

മകൻ വിളിച്ച അന്നുരാത്രി പൂർവ്വികരുടെ കൂട്ടത്തിലാരോ വന്നു പറഞ്ഞു..

ദാമൂ.. കരിന്തിരി കത്തിയണഞ്ഞല്ലോ.. നീയറിഞ്ഞില്ലേ.. നിന്റെ നക്ഷത്രക്കാരൻ..

അതുസുഹാനായിരുന്നു. അവനുചുറ്റും ചിതറിക്കിടന്നത് അവനെമോഹിപ്പിച്ച ഏതാനും സുന്ദരികളും. പിന്നെ രണ്ടോമൂന്നോ പൊതിമയക്കുമരുന്നും.

ഏകലവ്യൻ

വിന്ധ്യപർവ്വതത്തിന്റെ വനാന്തരത്തിലൂടെ മൃഗയാവിനോദത്തിനിറങ്ങിയതായിരുന്നു പാണ്ഡുപുത്രന്മാരും ദ്രോണനും. കാരണമില്ലാതെ കുരച്ചു ബഹളം വെച്ചിരുന്ന അവരുടെ വളർത്തുനായയെ ഒരു ശരം വന്നു നിശ്ശബ്ദമാക്കിയപ്പോൾ അവർ അമ്പരന്നു. ഒരു ശരമല്ല, ഒന്നിനു പുറകെ ആറു ശരങ്ങൾ.

'ആരാണുനീ? ആരാണെങ്കിലും വെളിയിൽ വരൂ.'

കാടിന്റെ നിശ്ശബ്ദതയിലേക്ക് ദ്രോണന്റെ വാക്കുകൾ അലകളായി സഞ്ചരിച്ചു.

അധികംവൈകിയില്ല. ഉണങ്ങിയ ഇലകൾക്കുമീതെ പതിയുന്ന കാലടിശബ്ദം അടുത്തുവന്നു. വനത്തിന്റെ പരുഷത മുഴുവൻ ഏറ്റുവാങ്ങിയ ഒരു യുവാവ് മറനീക്കി പുറത്തുവന്നു. അയാൾ അമ്പും വില്ലും അണിഞ്ഞിരുന്നു. അല്പവസ്ത്രത്തിനുമീതെ അവന്റെ ദൃഢഗാത്രം തിളങ്ങി.

'ആരാണു നീ?' ദ്രോണൻ ചോദിച്ചു.

'ഒരു നിഷാദൻ. പേര് ഏകലവ്യൻ'

'ആരാണ് നിന്റെ ഗുരു?'

'മനസ്സാണ് എന്റെ ഗുരു. പിന്നെ വേണമെങ്കിൽ ഗുരുസ്ഥാനത്ത് ദ്രോണാചാര്യരെ സങ്കല്പിക്കുന്നുണ്ടെന്നും പറയാം.'

'ദ്രോണാചാര്യരെ ഗുരുവായി സങ്കല്പിക്കാൻ യുവാവേ.. നീ ഗുരുവിനു ദക്ഷിണകൊടുത്തിരുന്നോ?'

'ഇല്ല. അതുണ്ടായില്ല.'

അതുവരെ ദ്രോണന്റെ പിന്നിൽ സ്ത്രൈണസൗന്ദര്യം പേറി മറഞ്ഞുനിന്നിരുന്ന അർജ്ജുനൻ അഭിമുഖമായി വന്നുനിന്നു. അർജുനാ.. നിന്നെ വെല്ലാൻ എനിക്കു മറ്റു ശിഷ്യന്മാരുണ്ടാകില്ലെന്ന ഗുരുവാക്യം

ഓർമിപ്പിക്കുവാനായിരുന്നു അത്. ദ്രോണനതു മറന്നിട്ടില്ലായിരുന്നു. മറക്കുവാനും പാടില്ല. ഭൂതകാലത്തിന്റെ ഗൗളി വാൽ മുറിച്ചുകളഞ്ഞ് വേദമന്ത്രങ്ങളെ ഉറക്കിക്കിടത്തി, കൈയിൽ അസ്ത്രമേന്തി ഹസ്തിനപുരിയിലേക്കെത്തിയത് തന്നെ കീഴടക്കിയ ചില പ്രതികാരചിന്തകളെ പൂർത്തീകരിക്കാനാണ്. അതിന് അർജ്ജുനനെ ആവശ്യമാണ്. തന്നിൽ മികച്ചവനായി മറ്റാരുമില്ലെന്ന അർജ്ജുന അഹന്തയെ തൃപ്തിപ്പെടുത്തിയേ മതിയാവൂ.

നിഷ്ക്കളങ്കനായ ആ നിഷാദനിൽനിന്ന് അവൻ ആർജ്ജിച്ച വിദ്യയും ആർജ്ജിക്കുവാനിരിക്കുന്ന വിദ്യയും പിടിച്ചുവാങ്ങാൻ എളുപ്പമാണെന്ന് ദ്രോണനറിയാമായിരുന്നു.

'നിഷാദാ.. ഒരു വിദ്യ അർഥിക്കുന്നതിനുമുമ്പ് ദക്ഷിണ നൽകിയിരിക്കണം. എന്നെ ഗുരുസ്ഥാനത്തു കണ്ട നീ എനിക്കു ദക്ഷിണ നൽകിയിട്ടില്ല.'

'അങ്ങ് ആവശ്യപ്പെട്ടാലും'

'നിന്റെ വലതുകൈയിലെ പെരുവിരലാണ് ഞാൻ ആവശ്യപ്പെടുന്ന ഗുരുദക്ഷിണ.'

അവിശ്വസനീയമായ വാക്കുകളെ അതിന്റെ പൂർണ അർത്ഥത്തോടെ ഉൾക്കൊള്ളാൻ ഏകലവ്യന്റെ മനസ്സുമടിച്ചു. തന്നേപ്പോലൊരു വനവാസി ദ്രോണനെ ഗുരുവായി കാണുന്നു എന്നതുതന്നെ അദ്ദേഹത്തിനുള്ള ഒരു അംഗീകാരമാണ്. വനമെന്നും നഗരത്തെയും നഗരവാസികളെയും അകറ്റിനിർത്തിയിട്ടേയുള്ളു. നഗരമവരെ വിഴുങ്ങാൻ പിന്നാലെയെത്തുമ്പോഴും അവൻ ഉൾക്കാടുകളിലേക്ക് പിൻവലിഞ്ഞിട്ടേയുള്ളു. തങ്ങൾ നഗരത്തിന്റെ ഇരകൾമാത്രമല്ല, ചിലപ്പോഴെങ്കിലുംവേട്ടനായ്ക്കളായി ചെറുത്തുനിൽക്കുകയും ചെയ്യുമെന്ന് പാവം ഇരകൾക്കറിയില്ല. പക്ഷേ അത് അറിയാവുന്ന ചിലരുണ്ട്. ധനത്തിന്റെയും അധികാരത്തിന്റെയും കുലത്തിന്റെയും ആധിപത്യം ഊട്ടിയുറപ്പിക്കാൻ ശ്രമിച്ചുകൊണ്ടിരുന്ന ചിലർ. ദ്രോണനും അതിലൊരാളാണ്.

ഏകലവ്യനോട് പെരുവിരൽ ദക്ഷിണയായി ചോദിക്കുമ്പോൾ അർജ്ജുനന്റെ താത്പര്യം സംരക്ഷിക്കുക മാത്രമായിരുന്നില്ല ലക്ഷ്യം. ഒരു നിഷാദന്റെ ഗുരുസ്ഥാനത്തുനിന്നു മോചനം നേടുകയും വേണമായിരുന്നു. താനെന്ന ശിഷ്യൻ ആ ബ്രാഹ്മണനു നൽകാൻ കരുതിവെച്ചത് അപമാനത്തിന്റെ അരുചി കലർന്ന ഫലങ്ങളാണെന്ന തിരിച്ചറിവിൽ ഏകലവ്യനും ലജ്ജിതനായി. നിന്നെ മനസ്സിലെങ്കിലും ഗുരുവായികണ്ട് ആർജ്ജിച്ച വിദ്യയത്രയും നിനക്കിതാ ദക്ഷിണയായി നൽകുന്നു. ഇനി

യൊരിക്കലും ഒരു ജീവനോപാധി എന്ന നിലയിൽപോലും എന്റെ പെരുവിരൽ അസ്ത്രമയക്കില്ല.'

ആവനാഴിയിൽനിന്ന് ഒരു അമ്പെടുത്ത് തന്റെ വിദ്യയെ അറുത്തുനീക്കി ഏകലവ്യൻ ഗുരുവിനു സമർപ്പിച്ചു. ചോരയിറ്റുന്ന ആ വിരൽ പച്ചിലയ്ക്കുള്ളിലിരുന്നു വിറകൊണ്ടു. (മുലക്കരം ചോദിച്ചതിനു മുല തന്നെ നീയെടുത്തോ എന്നുപറഞ്ഞ് മുലമുറിച്ചു നൽകിയത് പിന്നീടു ചരിത്രത്തോടു ചേർത്ത നീതിവാക്യം)

ഏകലവ്യന്റെ മനസ്സ് അർജുനനോടു പറയുന്നുണ്ടായിരുന്നു.. ഹസ്തിനപുരിയിലെ രാജകുമാരാ.. ഞാനൊരിക്കലും നിന്റെ ശത്രുവായിരുന്നില്ല, ആകുമായിരുന്നുമില്ല. നീ ഭയന്നത് വിദ്യയിൽ ഞാൻ നിനക്ക് സമനാകുമോ എന്നുമാത്രമായിരുന്നു. എനിക്കറിയാം നിന്റെ വിദ്യ എന്നും അപൂർണമായിരിക്കും. അപൂർണവിദ്യയുടെ ബന്ധനത്തിൽ ഭീരുവായി കഴിയാനാണ് നിന്റെ വിധി. ഇന്ന് എന്റെ നിഴലിനെയാണ് നീ ഭയക്കുന്നത്. നാളെ നിഴലുകളെല്ലാം കൂടിച്ചേർന്ന് അന്ധകാരമായി നിന്റെ മനസ്സിൽ നിറയും. ഈ സായാഹ്നത്തിൽ വിദ്യയൊഴിഞ്ഞ എന്റെ മനസ്സിൽ വിഷാദം നിറച്ച് ഞാൻ മടങ്ങുകയാണ്. കർണൻ നിന്റെ കൺമുമ്പിലെ ശത്രുവാണ്. ഞാനാകട്ടെ നിന്റെ മനസ്സിനെ ഞെരുക്കുന്ന ശത്രുവും. കാരണം, ഞങ്ങൾ രണ്ടുപേരും നീതി നിഷേധിക്കപ്പെട്ടവരാണ്.

മറവികൾ മായുമ്പോൾ

മറവിയുടെ കനത്ത മൂടൽമഞ്ഞ് കുഞ്ഞിപ്പെണ്ണിന്റെ ഓർമ്മകൾക്കു മീതെ വീണുകിടക്കാൻ തുടങ്ങിയിട്ട് വർഷങ്ങളായി. ജീവിതത്തിന്റെ തെറ്റിപ്പോയ ഉത്തരങ്ങളെയെല്ലാം അറിഞ്ഞുകൊണ്ടുതന്നെ മായ്ച്ചു കളഞ്ഞു ആദ്യമൊക്കെ. ശൂന്യമാക്കപ്പെട്ട താളുകളിൽ പകരം ലിപികളൊന്നും പതിയാതെ വിഷണ്ണമായൊരു ചിരിമാത്രം മുഖത്തണിഞ്ഞ് തന്റെ പഴയ വീടിന്റെ ഉമ്മറത്തിണ്ണയിൽ കുഞ്ഞിപ്പെണ്ണിരിക്കും. പഞ്ചായത്തുനിരത്തിലൂടെ ആരുടെയൊക്കയോ ജീവിതങ്ങൾ നടന്നുതീർക്കുന്നത് കുഞ്ഞിപ്പെണ്ണിനു കാണാം. ആരായിരിക്കാം എന്ന ചിന്തകൾക്ക് പിന്നോട്ടുള്ള വഴിയറിയില്ല.

സമയം സന്ധ്യയായിരുന്നു. മുറ്റത്തുള്ള ഉയരമുള്ള പ്ലാവിന്റെ ശിഖരങ്ങളിൽനിന്നും വെയിലിന്റെ അവസാനത്തെ നാളവും പിൻവാങ്ങി. ഇരുട്ട് ചിലപ്പോഴൊക്കെ വളരെ നിശ്ശബ്ദവും ആകാറുണ്ട്. ഒരു കിളിയുടേയോ മണ്ണട്ടയുടേയോ ശബ്ദംപോലും ഉയരാതിരുന്ന സന്ധ്യയിലേക്ക് ആരുടെയോ കാലടിശബ്ദം തെളിഞ്ഞുതുടങ്ങി. കുഞ്ഞിപ്പെണ്ണ്കാതോർത്തിരുന്നു. അച്ഛനുമായി കലഹിച്ചുപോയ മൂത്തമകൻ കൃഷ്ണൻകുട്ടിയുടെ മടങ്ങിവരവാണെന്നു കുഞ്ഞിപ്പെണ്ണിനുതോന്നി. അവർ പുറത്തേക്കുനോക്കി വിളിച്ചുചോദിച്ചു: കൃഷ്ണൻകുട്ടിയാണോടാ...

യാത്രക്കാരൻ കുഞ്ഞിപ്പെണ്ണിന്റെ അരികിലേക്ക് നീങ്ങിനിന്നു പറഞ്ഞു: മുത്താച്ചിക്ക് ഓർമ്മയൊക്കെ തിരിച്ചുകിട്ടിയോ... ഞാൻ കൃഷ്ണൻകുട്ടിയേട്ടനല്ല. സന്തോഷാ.. അറിയ്യോ?

അറിയുമോ എന്ന ചോദ്യത്തിനോട് കുഞ്ഞിപ്പെണ്ണ് എന്നും മുഖം തിരിക്കും. ഓർമ്മയില്ല എന്നുപറയുന്നത് ഒരു അപരാധം തന്നെയാണ്. ഓർത്തുവെക്കേണ്ടവയൊക്കെ ഒഴുക്കിക്കളയുന്നതുപോലെയുള്ള ഒരു അപരാധം .കുറച്ചുസമയംകൂടി അവിടെ ഇരുന്നതിനുശേഷമാണ് കുഞ്ഞിപ്പെണ്ണ് തന്റെ നീരുവന്നുവീങ്ങിയ കാലുകൾ വലിച്ചെടുത്ത് വീടിന്റെ അ

കത്തേക്കുകയറിയത്. അനേകം സ്വിച്ചുകളിൽ വിരലമർത്തി അതിലൊന്ന് മുറിയിൽ വെളിച്ചം നിറച്ചപ്പോൾ കുഞ്ഞിപ്പെണ്ണും ചിരിച്ചു. മറവിയിൽ കിടന്ന ഏതോ കാര്യം ഓർമ്മയുടെ ചമയങ്ങളണിഞ്ഞ് മുന്നിലെത്തിയതുപോലെ.

നടുഅകത്ത് ചെറിയൊരു മേശയുണ്ടായിരുന്നു. ഉച്ചയ്ക്കു കഴിച്ച കഞ്ഞിയുടെ ബാക്കി സ്റ്റീൽ പ്ലേറ്റിൽ തണുത്ത് പാടചൂടിയിരുപ്പുണ്ട്. കൂടെ ചുട്ടെടുത്ത പപ്പടത്തിന്റെ അവശിഷ്ടങ്ങളും എല്ലാദിവസവും ഉച്ചയ്ക്ക് ഒരു തൂക്കുപാത്രത്തിൽ കഞ്ഞിയും പപ്പടവുമായി കുഞ്ഞിപ്പെണ്ണിന്റെ മകൾ അവിടെ എത്താറുണ്ട്. വന്നത് ആരെന്നറിയില്ലെങ്കിലും പ്ളേറ്റിലെ കഞ്ഞിയിൽ സ്പൂണിട്ടിളക്കി ഓരോ കവിൾ കുടിച്ചിറക്കി ആഗതയുടെ മുഖത്തുനോക്കി കുഞ്ഞിപ്പെണ്ണിരിക്കും. ആ കണ്ണുകൾ അപ്പോൾ അളവറ്റ നന്ദിയോടെ തിളങ്ങുന്നുണ്ടാകും. നോക്കിയതുമതി വേഗം കഞ്ഞികുടിക്ക് എന്ന ശാസന കേൾക്കേണ്ട താമസം വീണ്ടും കഞ്ഞികുടിച്ചുതുടങ്ങും.

മകളെന്ന ചിത്രം എന്നാണ് മാഞ്ഞുപോയതെന്ന് കുഞ്ഞിപ്പെണ്ണിനു അറിയില്ല. റോഡിനു മറുപുറത്ത് മകളുടെ ഭർത്താവ് പുതിയ വീടുവെച്ചതും കുഞ്ഞിപ്പെണ്ണ് അവരോടൊപ്പം താമസം തുടങ്ങിയതും ഓർമ്മകളുടെ അവശേഷിപ്പുകളായി കുറച്ചുകാലം മനസ്സിലുണ്ടായിരുന്നു. പെയിന്റടിച്ച ചുമരിൽ കുഞ്ഞിപ്പെണ്ണിന്റെ വിരൽ പതിഞ്ഞതുംവിറക്കുന്ന കൈയിൽനിന്ന് ചായ ഗ്ലാസ് തുളുമ്പി ടൈലിൽ കറ പടർന്നതും പോലുള്ള കൊച്ചുകൊച്ചുകാര്യങ്ങൾക്കുവരെ ആ പുതിയവീട് തന്നെ ശാസിക്കുന്നതായി മനസ്സിലായപ്പോഴാണ് കുഞ്ഞിപ്പെണ്ണ് പഴയ വീട്ടിലേക്കു തിരികെയെത്തിയത്. എഴുപതുവർഷത്തോളം തന്റെപാദചലനങ്ങളും ശ്വാസനിശ്വാസങ്ങളും ഓർമ്മകളും മാഞ്ഞുപോകാതെ കിടക്കുന്ന ആ പഴയവീട് കുഞ്ഞിപ്പെണ്ണിനെ ചേർത്തുപിടിച്ചു. വീടിന്റെ പടിഞ്ഞാറുവശത്തുള്ള ചായ്പ്പിൽനിന്നും അപ്പോഴും കുഞ്ഞുങ്ങളുടെ കരച്ചിലും ബാലമൂത്രത്തിന്റെ ഗന്ധവും ഉയരുന്നുണ്ടെന്നുതോന്നി. അത് കുഞ്ഞിപ്പെണ്ണിന്റെ ഈറ്റില്ലമായിരുന്നു.

പതിയെയാണ് അടുക്കളയിലേക്കു കടന്നത്. വിസ്മൃതിയുടെ നീണ്ട കാലം താനറിയാതെ കഴിഞ്ഞുപോയതൊന്നും കുഞ്ഞിപ്പെണ്ണിനറിയില്ല. തേക്കാതെ നിറംമങ്ങിയ പാത്രങ്ങളും ചാരംനിറഞ്ഞ അടുപ്പും പാതി തേഞ്ഞ അരകല്ലുമൊക്കെ ചരിത്രാവശിഷ്ടങ്ങളായി അപ്പോഴേക്കും മാറിയിരുന്നു. ഒരിക്കൽ തന്റെ ദിനങ്ങളെ പൂർണമാക്കാൻ ഈചെറിയ ലോകത്തിനു കഴിഞ്ഞിരുന്നു. ഭക്ഷണം പാകം ചെയ്തും അതുവിളമ്പി

യും പാത്രങ്ങൾ കഴുകിയും തറ തൂത്തുതുടച്ചുമൊക്കെ തീർന്നുപോയൊരു ജീവിതത്തിന്പകരം നൽകാൻ കുറച്ചു മറവികൾ മാത്രമേയുണ്ടായിരുന്നുള്ളു. പലവഴിക്കായി പറന്നകന്ന മക്കളുടെ മനസ്സാണ്തന്നെ ആദ്യം മറന്നതെന്ന് കുഞ്ഞിപ്പെണ്ണിനറിയാം. ആ അറിവാണ് അവരുടെ ഓർമ്മകളെ മായ്ച്ചുകളഞ്ഞത്.

ആരുപോയാലും തന്റെ ഭർത്താവ് കീരൻ കൂടെയുണ്ടാകുമെന്ന് കുഞ്ഞിപ്പെണ്ണ് വിശ്വസിച്ചു. വയസ്സുകാലത്ത് നമുക്ക് രണ്ടാൾക്കും വേണ്ടത് എന്റെ കൈയിലുണ്ടെന്ന് പറഞ്ഞ് കീരൻ കുഞ്ഞിപ്പെണ്ണിന്റെ ആധികളെ കെടുത്തിയിരുന്നു. പ്ലാവിൽനിന്നു വീണുനുറുങ്ങി നീറുകൊണ്ടു പൊതിഞ്ഞുകിടക്കുന്ന കീരനെ കാണുന്നതുവരെ കീരൻ കുഞ്ഞിപ്പെണ്ണിന്റെ ജീവിതത്തിലെ ഓർമ്മകളുടെ വിളക്കായിരുന്നു. അവസാനത്തെ തിരിവെട്ടവും അണഞ്ഞു കഴിഞ്ഞാണ് മറവി കുഞ്ഞിപ്പെണ്ണിനെ ചേർത്തുപിടിച്ചത്.

ഇന്നു മറവികളും മായുകയാണ്. അവയ്ക്കിടയിൽ തെളിയുന്ന ഓർമ്മകൾക്ക് പറയാനുള്ളതെന്താണെന്ന് കുഞ്ഞിപ്പെണ്ണിനറിയാം. അടുത്താരുമില്ലെന്നുള്ളത് ഒരു വേദനയാണെങ്കിലും തനിക്കുമുമ്പേ പോയവരെക്കുറിച്ചുള്ള ഓർമ്മകൾ ആ വേദനയെ തണുപ്പിച്ചു. കാലങ്ങളായി ഉപയോഗിച്ചിരുന്ന പഴയ പായ തട്ടിക്കുടഞ്ഞ് അതിനുമീതെ വെള്ളവിരിച്ചു ഇനിയെന്തൊക്കെയാണ് വേണ്ടതെന്ന ഓർമ്മകൾക്കു മീതെ വീണ്ടും മറവി പടർന്നു ചുമരിൽ തൂക്കിയിട്ട പഴയ ചിത്രത്തിനടിയിൽ ഒളിച്ചിരുന്ന ഗൗളി മുറിയിലേക്കു കടന്നുവന്ന ശത്രുവിനെ തിരിച്ചറിഞ്ഞ് തന്റെ വാൽ മുറിച്ച് ഇരുട്ടിൽ ഒളിച്ചിരുന്നു. അറ്റുപോയ വാലിന്റെ ചെറിയൊരു പിടച്ചിൽ.. ഓ.. അതുസാരമില്ല. ചലനങ്ങളും ഓർമ്മകളും മറവികൾപോലും ആ ഇരുട്ടിൽ അലിഞ്ഞു.

ദൈവം

കരുണാകരനും നാരായണിയുമാണ് കണാരനും നാണിയുമായി മാറിയത്. ചെറിയ മനുഷ്യർക്കെന്തിനാ വലിയ പേർ കല്യാട്ട് എശ്മാന്റെ കാലിയെ തെളിക്കലായിരുന്നു ചെറുപ്പകാലത്ത് കണാരന്റെ ജോലി. കണാരന്റെ അമ്മ ചപ്പില എശ്മാന്റെ കണ്ണെത്താവയലുകളിൽ കളപറിച്ചും കൊയ്ത്തുനടത്തിയും നെല്ലുപുഴുങ്ങിയും ഉണക്കിയും ഒക്കെ അങ്ങുജീവിച്ചു. വയലിനോടു ചേർന്നൊരു തറയിൽ ഓലമേഞ്ഞ കുടിലിലാണ് കണാരൻ വളർന്നത്. അച്ഛനാരെന്ന് അവൻ ചോദിച്ചിട്ടില്ല. അക്കാലത്ത് അതൊരു അനാവശ്യ ചോദ്യവുമായിരുന്നു.

പ്രസവത്തോടെ മരിച്ചതാണ് നാണിയുടെ അമ്മ. അമ്മയുടെ ഏടത്തി പപ്പി തന്റെ മക്കളോടൊപ്പം നാണിയേയും വളർത്തി. മുലപ്പാലു കുടിച്ചിട്ടില്ല'. നല്ല ഭക്ഷണം കഴിച്ചിട്ടില്ല. പപ്പി ഏൽപ്പിക്കുന്ന വീട്ടുജോലികളെല്ലാം മടികൂടാതെ ചെയ്യുകയും ചെയ്തു. എന്നാലും ആണൊരുത്തൻ വന്നാൽ പിടിച്ചുകൊടുക്കണം എന്നു കരുതിയിരിക്കുമ്പോഴാണ് നാല്പതു വയസ്സായ കണാരൻ പതിനഞ്ചുകാരിയായ നാണിയെ മംഗലം കഴിച്ചോട്ടേ.. എന്നുചോദിച്ചത്. കണാരന്റെ അമ്മ മരിച്ചിരുന്നു. തനിച്ചൊരു ജീവിതം അയാളെ മടിപ്പിച്ചിരുന്നു. കല്യാട്ട് തറവാട് ഭാഗംവെച്ച് നാനാവിധമായി. കണാരൻ കാലിമേയ്ക്കല് നിർത്തി ആടിനെപ്പോറ്റി ജീവിതമാർഗം കണ്ടെത്തിയിരുന്നു.

മങ്ങലം എന്നുപറയാനൊന്നുമില്ല. ഒരു വെള്ളമുണ്ട് നിലവിളക്ക് സാക്ഷിയാക്കി കണാരൻ നാണിക്കുകൊടുത്തു. ഉച്ചയ്ക്ക് പരിപ്പുകറീം പപ്പടം കാച്ചീതും കൂട്ടി ഊണുകഴിച്ച് നാണി കണാരന്റെ പിന്നാലെ നടന്നു. കണാരന്റെ വീട്ടിലെത്തുമ്പോൾ ആലക്കത്തെ ചില പെണ്ണുങ്ങളും കുട്ടികളും അവരെ കാത്തുനിൽക്കുന്നുണ്ടായിരുന്നു.

തീരെ ചെറുപ്പായിപ്പോയി അല്ലേ..
എന്നാലും മുടീണ്ട് ഇഷ്ടംപോലെ ..
കണ്ണുകണ്ടില്ലേ.. കരി എഴുതീല്ലെങ്കിലും നല്ല കറുപ്പാ..

നാട്ടുകൂട്ടം വിധിയെഴുതി.

രാത്രീലേക്കുള്ള ചോറ് ആരോ കൊണ്ടുക്കൊടുത്തു. ചിമ്മിണി വിളക്കിന്റെ തിരിനീട്ടി നാണി ഉമ്മറത്ത് കത്തിച്ചുവെച്ചു. നടുഅകത്ത് ക്ലാവു പിടിച്ചൊരു നിലവിളക്കുണ്ട്. തെള്ളിയെടുത്ത വെണ്ണീറുകൊണ്ട് തേച്ചുമിനുക്കിയാലേ അതു കത്തിക്കാനാവൂ.

ഭക്ഷണം കഴിഞ്ഞ് നടുഅകത്തെ കട്ടിലിൽ നാണിയോടു ചേർന്നിരിക്കുമ്പോൾ കണാരനു സങ്കോചമായി. ആദ്യമായിട്ടല്ല ഒരു പെണ്ണുടലിനെ ഇങ്ങനെ അരികെ കാണുന്നത്. എശ്മാന്റെ പൃത്തിത്തോട്ടത്തിൽ ആടിനെ മേയ്ക്കുമ്പോൾ അവിടെ വിറകെടുക്കാൻവരുന്ന.. ആ ഓർമയിൽ കണാരന്റെ മനസ്സൊന്നു തളിർത്തുപൂത്തു. തന്റെ പരുക്കൻ വിരലുകളെ നാണിയുടെ പണിയെടുത്തു തഴമ്പിച്ച മെലിഞ്ഞ വിരലുകൾക്കിടയിലൂടെ കോർത്തെടുത്തപ്പോൾ കുപ്പിവളകൾ കുലുങ്ങിച്ചിരിച്ചു.

ഇതൊരു എടങ്ങേറാണല്ലോ.. എന്ന കണാരന്റെ പരാതികേട്ട് വളകൾക്കൊപ്പം നാണിയും ചിരിച്ചു. അപരിചിതത്വം അതോടെ ഇല്ലാതായി. എന്നിട്ടും ചെറിയ കട്ടിലിൽ നാണിയോടൊപ്പം കിടന്നപ്പോൾ കണാരന് ഉറങ്ങാനായില്ല. ഉറക്കമില്ലാത്ത രാത്രികളിൽ സാധാരണ ചെയ്യാറുള്ളതുപോലെ ബീഡിവലിക്കാനും കഴിയുന്നില്ല. ഏറെക്കഴിഞ്ഞ് കണാരൻ കതകുതുറന്ന് തന്റെ പതിവുതാവളമായ ചായ്പ്പിലേക്കുപോയി. പ്ലാസ്റ്റിക് മെടഞ്ഞ പഴയകട്ടിൽ. പഴയ തഴപ്പായ. മെഴുക്കു പുരണ്ട തലയിണ. തന്റെ വിയർപ്പിന്റെ ഗന്ധമുള്ള പുതപ്പ്. മാതൃവാത്സല്യത്തിൽ ഒതുങ്ങിയതുപോലെ കണാരൻ കട്ടിലിൽ ചുരുണ്ടുകൂടി. ചായ്പ്പിന്റെ അരഭിത്തിയിലൂടെ കടന്നുവന്ന വയൽക്കാറ്റ് കണാരനെ പൊതിഞ്ഞു.

ഇളംവെയിലാണ് അന്ന് കണാരനെ വിളിച്ചുണർത്തിയത്. നാണിയെ തിരക്കി അടുക്കളയിലെത്തിയപ്പോൾ കഞ്ഞി തിളക്കുന്നതുകണ്ടു. മുറ്റമടിച്ച് കുണ്ടുകിണറ്റിൽനിന്നു വെള്ളംകോരി കാലും മുഖവും കഴുകി വന്ന നാണി കണാരനു കഞ്ഞിവിളമ്പി. തേച്ചുതിളങ്ങിയ ഓട്ടുകിണ്ണത്തിൽ ചൂടുകഞ്ഞി. കോട്ടിയിട്ട പ്ലാവില. വാഴയിലയിൽ തേങ്ങച്ചമ്മന്തി. മനസ്സറിഞ്ഞ് വെക്കാനറിയാം ഓൾക്ക്. അമ്മ മരിച്ചതിനുശേഷം വീടൊരു വീടായത് ഇപ്പോഴാണ്. മുറ്റമടിക്കാനും വിളക്കുവെക്കാനും ഒരു പെണ്ണില്ലെങ്കിൽ വീടിനെ വീടെന്നു വിളിക്കുന്നതെങ്ങനെ? കഞ്ഞികുടിച്ച് ആടുകളെ കൂട്ടിൽനിന്നിറക്കി എശ്മാന്റെ കുന്നിൻപുറം ലക്ഷ്യമാക്കി കണാരൻനടന്നു. മിച്ചഭൂമിയായി സർക്കാർ അളന്നെടുത്തിരുന്നു ആ സ്ഥലം. ഏതാനും കശുമാവുകളും കുറ്റിക്കാടുകളുമായി, കണാരന്റെ ആടുകളു

ടെ മേച്ചിൽപ്പുറമായി, ആ കുന്നിൻചെരിവ്മാറി.

നാണി കണാരന്റെ ജീവിതത്തിന്റെ ഭാഗമായിട്ടു ഇരുപത്തഞ്ചുവർഷങ്ങൾ കഴിഞ്ഞിരിക്കുന്നു. കാലമെത്താതെ കൊഴിഞ്ഞുവീഴുന്ന കനികൾപോലെ വർഷങ്ങൾ കൊഴിഞ്ഞുതീരുകയായിരുന്നു. മേച്ചിൽപുറങ്ങൾ തരിശായിക്കൊണ്ടിരിക്കുന്നു. ഏതുമഴയിലും തളിർക്കാനാവാതെ ചില ആഗ്രഹങ്ങൾ മണ്ണിൽ പുതഞ്ഞുകിടന്നു. സന്ധ്യയ്ക്കു കുളികഴിഞ്ഞ് നരവീണു തുടങ്ങിയ മുടിയിഴകളിലൂടെ വിരലോടിച്ച് മനസ്സിലൊരു താരാട്ടുമായി ഇരിക്കുന്ന നാണിയെ കാണുമ്പോൾ കാലാതീതമായൊരു വേദനതന്നെ വരിഞ്ഞുമുറുക്കുന്നതായി കണാരനുതോന്നാറുണ്ട്. എവിടെയോ ഒരുങ്ങുന്ന ചിതയിലേക്ക് ഇനി തനിക്ക് അധികംദൂരമില്ല എന്നൊരു തോന്നൽ എല്ലാ രാവിലും കണാരനു കൂട്ടുകിടന്നു.

അന്നും പതിവുപോലെ ആടുകളെ മേയാൻവിട്ട് ഒരു കശുമാവിൻ ചുവട്ടിൽ തോർത്തുവിരിച്ച് കണാരൻ ഇരുന്നു. മകരമാസത്തണുപ്പിൽ കശുമാവ് നിറയെ പൂത്തിരുന്നു. കാറ്റിലിളകുന്ന പൂങ്കുലകളെ നോക്കി ബീഡിയും വലിച്ചിരുന്ന കണാരൻ അറിയാതെ ഉറങ്ങിപ്പോയി. കുറച്ചു കാലമായി ശിഥിലചിത്രങ്ങളായി കണ്ടിരുന്നൊരു സ്വപ്നം അതിന്റെ പൂർണരൂപത്തിൽ അന്ന് കണാരൻ കണ്ടു. ആടുകളെ മേയ്ക്കാൻ കൊണ്ടു നടക്കുന്ന മുളവടി അധികാരദണ്ഡായി സ്വർണ്ണനിറംപൂണ്ടിരിക്കുന്നു. തലയിലെ വട്ടക്കെട്ട് കിരീടമായിരിക്കുന്നു. കണാരൻഇപ്പോൾ രാജാവുപോലുമല്ല; ദൈവം തന്നെയായിരിക്കുന്നു! ആടുകളൊക്കെ കണാരനുചുറ്റും വന്നിരുന്നു പ്രാർഥിക്കുകയും വാഴ്ത്തുകയുംചെയ്യുന്നു.

ഭക്ഷണം തന്ന്.. പാർപ്പിടംതന്ന്.. ശത്രുക്കളിൽനിന്ന് ഞങ്ങളെ രക്ഷിക്കുന്ന അങ്ങാണ് ഞങ്ങളുടെ ദൈവം..

ആടുകളുടെ കരച്ചിലാണ് കണാരനെ ഉണർത്തിയത്. തിരിച്ചുപോകാനുള്ള തിടുക്കവുമായി ആടുകൾ കണാരനെ തേടിയെത്തിയിരിക്കുന്നു. തോർത്ത് കുടഞ്ഞെടുത്ത് മുളവടികൊണ്ട് മുന്നോട്ടുപോകാൻ നിർദ്ദേശം കൊടുത്ത് കണാരൻ അവയ്ക്കു പിന്നാലെ നടന്നു. ആടുകൾക്കു കൊടുക്കാനുള്ള കഞ്ഞിവെള്ളവും കാടിയും നാണി തയ്യാറാക്കിവെച്ചിരുന്നു. വെള്ളംകൊടുത്ത് അവയെ കൂട്ടിലേക്കു കയറ്റുമ്പോഴാണ് രണ്ടുദിവസംമുമ്പ് തന്റെ മുട്ടനാടിന് വിലപറയാനെത്തിയ മനുഷ്യനെ കണാരൻ കണ്ടത്. വിലകൊണ്ട് ഒക്കാത്തതുകൊണ്ട് അന്നയാൾ മടങ്ങിപ്പോവുകയായിരുന്നു. കണാരന്റെ അടുത്തുചെന്ന് കീശയിൽനിന്ന് കാശെടുത്തു കൊടുത്തുകൊണ്ട് പറഞ്ഞു: നിങ്ങൾ പറഞ്ഞതത്രയും ഉണ്ട്. ഞാൻ ആടിനെ പിടിക്കട്ടെ?

കണാരൻ യാന്ത്രികമായി കൈനീട്ടി. ആഗതൻ കൊടുത്തപണം എണ്ണിനോക്കുകപോലും ചെയ്യാതെ മടിയിൽവെച്ചു. ഒരു വിഷജീവിയെ മടിയിൽവെച്ചാലെന്നപോലെ അറപ്പും ഭീതിയും കണാരന്റെ മുഖത്ത് നിഴലിച്ചു.

അയാൾ കൂടിന്റെ മറുവശം ആടുകൾ കാണാത്തവിധത്തിൽ മാറി നിന്നു. ആഗതൻ കൂട്ടിൽനിന്നു വലിച്ച് താഴെയിറക്കിയപ്പോൾ മുട്ടനാട് വാവിട്ട് നിലവിളിച്ചു. നിർണായക നിമിഷത്തിൽതന്നെ കൈവിട്ടുമാറി നിന്ന ദൈവത്തെ വിളിച്ച് വിലപിച്ചു. മറ്റ്ആടുകളും കൂടെ കരഞ്ഞു. മരണത്തിലേക്കാണ് തന്നെ വലിച്ചുകൊണ്ടുപോകുന്നതെന്ന് അറിഞ്ഞുകൊണ്ട്, തന്റെ രോദനത്തിന് ഒരു മറുവാക്കും ഉണ്ടാവില്ലെന്നും അറിഞ്ഞുതന്നെ അവൻ വൃഥാ കരഞ്ഞുകൊണ്ടിരുന്നു. ആരെങ്കിലുമൊക്കെ ആകാൻ ആഗ്രഹിച്ച്, ആരുമാകാതെ പോയ കണാരന്റെ വേദന ആ കരച്ചിലിനോടൊപ്പം ചേർന്നു.

വിധിക്കപ്പെട്ട കരകൾക്കിടയിലൂടെ നദിക്ക് ഒഴുകിക്കൊണ്ടിരിക്കണം

അണകെട്ടി നിർത്തിയ വെള്ളം വലിയ തോടിനെ ഒരു ചെറുപുഴയാക്കി മാറ്റിയിരുന്നു. പുഴയുടെ ഒരു ഭാഗത്ത് വനവൽക്കരണത്തിന്റെ ഭാഗമായി നട്ടുവളർത്തിയ അക്കേഷ്യാ കാടുകളുടെ അവശേഷിപ്പുകളും നിരന്തരമുയരുന്ന മണ്ണട്ടകളുടേയും ചീവിടിന്റേയും സംഗീതവും. മറുഭാഗം മൈതാനമായി മാറിയിരിക്കുന്നു. പകൽ കുട്ടികൾ കളിച്ചും കാലികൾമേഞ്ഞും ശബ്ദമുഖരിതമാകുന്ന മൈതാനം രാത്രിയോടെ നിശ്ശബ്ദമാകുന്നു. പുഴവെള്ളത്തിൽ തെളിയുന്ന നിലാവിന്റെ നുറുങ്ങുവെട്ടങ്ങൾ മൂകതയിലാണ്ടുപോയ വേദനപോലെ ഇടയ്ക്കുമാത്രം ഇളകിയാടി.

മൈതാനത്ത് നീണ്ടുനിവർന്നു കിടന്ന ഉത്തമനും മനു എന്ന ചുരുക്കപ്പേരുകാരനായ മനോഹരനും. പകൽമുഴുവനും ഇഷ്ടിക ചുമന്ന് നാലുനിലകെട്ടിടത്തിന്റെ മുകളിലെത്തിക്കുകയായിരുന്നു രണ്ടുപേരും സന്ധ്യയോടുകൂടി കുളിച്ച് താത്ക്കാലികമായി ബാറായി മാറുന്ന തട്ടുകടയിൽനിന്നു അല്പം ലഹരിയറിഞ്ഞ്. പിന്നെ രണ്ടുപേരും മൈതാനത്തെത്തും. എന്തെങ്കിലുമൊക്കെ പറഞ്ഞിരിക്കും.

ആദ്യമായിട്ടായിരുന്നു ഉത്തമൻ തന്റെ ഭൂതകാലം മനുവിന്റെ മുമ്പിൽ കുടഞ്ഞിട്ടത്. അതിപ്രകാരമായിരുന്നു .. എട്ടോപത്തോ വയസ്സുകാണും. ഒരുദിവസം മുറ്റത്തുകളിച്ചുകൊണ്ടിരിക്കുമ്പോൾ സന്യാസവേഷധാരിയായൊരാൾ ഭിക്ഷചോദിച്ചു വീട്ടിൽവന്നു. വീട്ടിൽ തനിച്ചായിരുന്നതുകൊണ്ട് അച്ഛന്റെ രണ്ടാംഭാര്യ, ഞാൻ ചിറ്റമ്മയെന്നുവിളിക്കും, ചെയ്യുന്നതുപോലെ രണ്ടു കൈപ്പത്തികളും ചേർത്തുപിടിച്ച് അതിൽകൊള്ളുന്ന അരിയെടുത്തു ധർമ്മം കൊടുത്തു.

സന്യാസി വാത്സല്യത്തോടെ ചോദിച്ചു: എന്റെകൂടെ പോരുന്നോ?

രണ്ടാനമ്മയുടെ ക്രൂരത കാരണമാകാം അപ്പോൾ ആ സന്യാസി യോടൊപ്പം പോകാനാണ് തോന്നിയത്. വിശന്നപ്പോൾ ഏതോ ഒരു വീട്ടിൽനിന്നു ഭക്ഷണം വാങ്ങിത്തന്നു. ക്ഷീണം തോന്നിയപ്പോൾ ആൽ ത്തറയിൽ തുണിവിരിച്ച് കിടന്നുറങ്ങി. പിന്നീടുള്ള കാലമത്രയും യാത്ര യിലായിരുന്നു സന്യാസി, ഞാൻ ഗുരുജി എന്നാണ് വിളിച്ചിരുന്നത്, വെറുമൊരു യാചകനല്ലെന്ന് ക്രമേണ മനസ്സിലായി. ചില സമ്പന്നഭവന ങ്ങൾ ആദരവോടെ ഗുരുജിയെ സ്വീകരിച്ചു. ഭാവിയറിയാനായി ഗുരുജി യുടെ മുമ്പിൽ തൊഴുതുനിന്നു. ഗുരുജിക്ക് ജ്യോതിഷവും ഹസ്തരേഖ യും അറിയാമെന്ന് അപ്പോഴാണ് ഞാൻ മനസ്സിലാക്കിയത്.

ഗ്രഹങ്ങളുടെ സഞ്ചാരപഥങ്ങൾ നിന്റെ വിധിയെ നിർണയിക്കുന്നു. കഴിഞ്ഞ ജന്മങ്ങളുടെയും വരുംജന്മങ്ങളുടെയും വാതിലുകൾ നിന ക്കായി തുറന്നിടുന്നു. അറിയാൻ നിനക്കുകഴിയണമെന്നുമാത്രം..

നിന്റെ ജീവിതചക്രം മറ്റൊരു ലിപിയിൽ നിന്റെ കൈവെള്ളയിൽ വരച്ചിട്ടുണ്ട്. വായിക്കാനറിയണമെന്നുമാത്രം.. ഗുരുവിനോടൊപ്പം പതി നഞ്ചുവർഷം കഴിച്ചുകൂട്ടി. കുറച്ചൊക്കെ അറിവുകൾ പകർന്നുകിട്ടി. പഠിച്ചാൽമാത്രം പോരാ മറ്റൊരു അറിവ് ഉള്ളിലുണരണമെന്ന് ഗുരു പറഞ്ഞു. അതുവരെ കാത്തിരിക്കേണ്ടിവരുമെന്നും .

ഒരുദിവസം രാത്രിഭക്ഷണം കഴിഞ്ഞ് കിടക്കുമ്പോൾ ഗുരു പറഞ്ഞു, എന്നോടൊപ്പമുള്ള നിന്റെ അവസാനരാത്രിയാണ് ഇന്നെന്ന്. ഇനിയു ള്ള യാത്ര തനിച്ചാണ്...

എന്റെ വലതു കൈപ്പത്തി നോക്കി വിഷമത്തോടെ ഗുരുപറഞ്ഞു: നാല്പത്തഞ്ചുവയസ്സുവരെ ഈ ലോകത്തെ കണ്ടുകൊണ്ട് നിനക്കു ജീവിക്കാം. ഇരുട്ടിലായി വീണ്ടുമൊരു ഇരുപത്തഞ്ചുവർഷം. അക്കാ ലമെല്ലാം നീ തനിച്ചായിരിക്കും.

പിറ്റേന്നുരാവിലെ ഉണർന്നപ്പോൾ ഗുരു എന്റെ അരികിലില്ലായിരു ന്നു. ഒരു ഇരുപത്തിയഞ്ചുവയസ്സുകാരൻ അപ്പോഴും ആശ്വസിച്ചു.. ഇരുപതുവർഷം അകലെയാണല്ലോ അന്ധതയെന്ന്.. ആ ഇരുപതു വർ ഷത്തെ അവധിയും കഴിയാറായിരിക്കുന്നു. ഇനി ഇരുട്ടിലാകാൻ അധി കനാളില്ല കനത്തമേഘങ്ങൾ ചന്ദ്രനെ ഇടയ്ക്കിടെ മറച്ചുകൊണ്ടിരുന്നു. ഉത്തമന്റെ മുഖം വ്യക്തമല്ല. എങ്കിലും അയാളുടെ മനസ്സിൽ ഒരു ഭീതി വളരുന്നുണ്ടെന്ന് മനുവിനു മനസിലായി.

ആരെങ്കിലുമൊക്കെ വേണമെന്ന് ഞാനിപ്പോൾ ആഗ്രഹിക്കുന്നു ണ്ട് മനു.. അച്ഛൻ അമ്മ സഹോദരങ്ങൾ ഭാര്യ കുട്ടികൾ.. അങ്ങനെ ആരെങ്കിലുമൊക്കെ... ഒരു അന്ധനെ കൈപിടിച്ചു നടത്താൻ. ദൈവം

പോലും മാറിനിൽക്കുന്ന വർഷങ്ങളാണ് ഇനി വരാനുള്ളത്. എന്റെ യാതനകളിൽ അപ്പോൾ ഞാൻ തനിച്ചായിരിക്കും..

നിങ്ങൾക്ക് സ്വന്തം വീട്ടിൽ പൊയ്ക്കൂടേ?

വീട് എവിടെയാണെന്നറിയില്ല. ചെന്നാലും അവരെന്നെ സ്വീകരിക്കണമെന്നില്ല. തിരിച്ചറിയണം എന്നുപോലുമില്ല.

ഒരു അന്യസംസ്ഥാനത്തൊഴിലാളിയോടൊപ്പമാണ് ഉത്തമനും പണിയന്വേഷിച്ചുവന്നത്. സ്വന്തമായൊരു ഫോണുപോലും ഉപയോഗിക്കാത്തൊരാൾ. എവിടെയും അധികനാൾ തങ്ങിനിൽക്കാത്തൊരാൾ. ചിലപ്പോൾ പോലീസ്തിരക്കുന്ന ഏതെങ്കിലുമൊരു കുറ്റവാളിപോലുമാകാം എന്നായിരുന്നു ആദ്യനാളുകളിൽ മനുകരുതിയത്.

ഈ കൈവര പറയുന്നതൊക്കെ ശരിയാകണമെന്നുണ്ടോ? മനുചോദിച്ചു.

ഉത്തമൻ വലതുകൈ നിവർത്തി ബുദ്ധിരേഖ കാണിച്ചുപറഞ്ഞു

ഈ വരയിലെ ദ്വീപുചിഹ്നം... ഇതുനോക്കിയാണ് ഗുരുപറഞ്ഞത്.

പെട്ടെന്നുതോന്നിയ ആവേശത്തിൽ മനു തന്റെ വലതു കൈപ്പത്തിനീട്ടി പറഞ്ഞു

എന്നാ നിങ്ങളൊന്ന് എന്റെ കൈനോക്കി പറയ്.

മനു കാണിച്ചുകൊടുത്ത ഫോൺവെളിച്ചത്തിൽ ഉത്തമൻ പറഞ്ഞു

നിന്റെ ഹൃദയരേഖ മുറിഞ്ഞുകിടക്കുന്നു. ഹൃദയം തകർക്കുന്ന ഒരുവിശ്വാസവഞ്ചന നീ അനുഭവിക്കും.

തലകുനിച്ചു നിൽക്കുന്ന നിന്റെ വിവാഹരേഖ പറയുന്നു.. നീ ഭാര്യയെ ഉപേക്ഷിക്കും..

കൂടുതൽ കേൾക്കുന്നതിനുമുമ്പ് മനു കൈചുരുട്ടിപ്പിടിച്ചു. വിധിയുടെ പുസ്തകം വായിക്കാനുള്ളതല്ല. അനുഭവിക്കാനുള്ളതാണ് ..

ഉത്തമൻ യാത്രപറഞ്ഞുപോയിട്ടും മനു ആ മൈതാനത്ത് ഏറെനേരം തനിച്ചുകിടന്നു. വിശ്വാസത്തിന്റേയും അവിശ്വാസത്തിന്റേയും മേഘങ്ങൾ അയാളെ പുതഞ്ഞുകൊണ്ടിരുന്നു. ഒടുവിൽ പൊടിതട്ടി എഴുന്നേറ്റുപോയത് തട്ടുകടയിലേക്കായിരുന്നു.

കടയടച്ചു പോകാനൊരുങ്ങുകയായിരുന്നു ചീരേട്ടൻ. ചീരേട്ടന്റെ എളിയിൽ തിരുകിയിരുന്ന കുപ്പിയുടെനേരെ മനുവിന്റെ കൈനീണ്ടു.

'ഇതു കുറച്ചേയുള്ളൂ. എനിക്കു രാത്രീലേക്കാ'

മനുവിന്റെ ശാഠ്യംപിടിച്ച നോട്ടത്തിൽ കീഴടങ്ങി എന്തോ പിറുപിറുത്ത് ചീരൻ മനുവിനുനേരെ നീട്ടി.

ഇരുന്നൂറുമീറ്ററോളം പഞ്ചായത്ത് റോഡിലൂടെ നടന്നാൽ മനുവി

ന്റെ വീട്ടിലെത്താം. വഴിയോരത്തെ വീടുകളിൽ ലൈറ്റണച്ചിരുന്നു. മനുവിനെ കാത്തിരിക്കുന്ന സ്വന്തം വീട്ടിലെ വിളക്കും അന്നണഞ്ഞിരുന്നു. കതകിൽ മുട്ടിവിളിക്കേണ്ടിവന്നില്ല, അതിനുമുമ്പേ ഇരുട്ടുപുതച്ചൊരു രൂപം കതകുതുറന്ന് പുറത്തേക്കിറങ്ങി.

മനു ആ മനുഷ്യനെകണ്ട് ഒരുനിമിഷം മരവിച്ചുനിന്നുപോയി..

ഹസ്തരേഖക്കാരാ.. നീ നിന്റെ പ്രവചനം നടപ്പിലാക്കിയല്ലേ..

മനു എളിയിൽ തിരുകിയിരുന്ന കുപ്പിയെടുത്ത് മുഖം ലക്ഷ്യമാക്കി ആഞ്ഞടിച്ചു. അപ്പോൾ തെളിഞ്ഞ വെളിച്ചത്തിൽ രൂപത്തിന്റെ കവിളിലൂടെ ചോര ഒഴുകിയിറങ്ങുന്നതു മനു കണ്ടു; ഒപ്പം ആ കണ്ണുകളിലെ വെളിച്ചവും.

പിന്നാമ്പുറം

ഈ അച്ഛനു ഭ്രാന്തായിപ്പോയെന്നു തോന്നുന്നു.. അമ്മ പോയേനു ശേഷം അച്ഛനിങ്ങനാ... ബോധോല്ലാണ്ട് ഓരോന്നു പറഞ്ഞോണ്ടിരിക്കും.

നൊടിയാണ്ടിരിക്ക് നീ. ഗോവിന്ദൻ മകനോട ്ഒച്ചവെച്ചു. ഓളെന്താ ചെയ്തേന്ന് നീ ചോതിക്ക്. ഇന്നു കുളിക്കാനായി വെള്ളം വലിക്കാൻ നോക്കുമ്പോ ബക്കറ്റ് കാണാനില്ല. ഓള് ബക്കറ്റ് അഴിച്ച് ഏടയോ ഒളിച്ചുവെച്ചു. പൊഴേപ്പോയി കുളിച്ചൂടേന്ന്! ഈ മോന്തിക്ക് എടേലൂട്ടെ നടന്ന് പൊഴേപ്പോണംപോലും ഞാൻ.

ആലക്കത്തെ കലഹംകേട്ട് ഓടിക്കൂടിയവർ യമുനയുടെ നേരെ നോക്കി. യമുന കണ്ണുതുടച്ചു. അമ്മ പോയേനുശേഷം അച്ഛനിങ്ങനാ.. എന്തിനും കുറ്റേകാണൂ..

ഇന്നലെ ഇവളെന്താ ചെയ്തേന്നു ചോദിച്ചുനോക്ക്.. ഉച്ചയ്ക്ക് ചോറു വിളമ്പുമ്പോ തലേന്നത്തെ ചോറിന്റെ മീതെ ചൂടുചോറിട്ടുതന്നു. എനിക്കു തിരിയൂലാന്നാ ഓളെ വിചാരം. ഈ ഗോവിന്ദൻ ഏറെ ചോറുണ്ടിന്. കേട്ടവർ മൂക്കത്ത് വിരൽവെച്ച് ഗംഗാധരനെ നോക്കി.

ഗംഗാ.. നിന്റെ ഓള് ഈ അച്ഛന് ഇങ്ങനാ ചോറുവിളമ്പീത്?

അമ്മ പോയേനുശേഷം ...

ഞാനെന്താ ചെയ്യാ.. എനിക്ക് അമ്മേനെ തിരിച്ചുകൊണ്ടോരാൻ പറ്റ്വോ?

ഗോവിന്ദന്റെ ഭാര്യ ചീരുമരിച്ചിട്ട് മാസമൊന്നായി. ഒരുമാസംമുമ്പ് മോന്തിയാവോളം തേങ്ങപറച്ചിട്ട് ചൂടുവെള്ളത്തിൽ കുളിക്കാനുള്ള തത്രപ്പാടിൽ ഓടിവരികയായിരുന്നു ഗോവിന്ദൻ. അടുക്കളയിലും മുറ്റത്തുമായി വീണുകിടക്കുന്ന ചീരുവിനെയാണ് ഗോവിന്ദൻ കണ്ടത്. തലയിലെ മുറിവിൽനിന്ന് രക്തം വാർന്ന് തളംകെട്ടിക്കിടന്നു. വീണ ഉടനെ

ഡോക്ടറെ കാണിച്ചിരുന്നെങ്കിൽ രക്ഷപ്പെടുത്താൻ കഴിയില്ലായിരുന്നോ എന്നാണ് ഗോവിന്ദന്റെ ചോദ്യം. ഞാൻ പണിക്കുപോയി. അവനോ.. ഓളേം കൂട്ടിച്ചുറ്റാനിറങ്ങി.

അടുത്തുള്ള പഞ്ചായത്തുവക ശ്മശാനത്തിലേക്ക് ചീരുവിനേയും വഹിച്ച് ആംബുലൻസ് പുറപ്പെട്ടപ്പോൾ ഉമ്മറത്തെ കൽത്തൂണിൽ ചാരി ഗോവിന്ദനിരിപ്പുണ്ടായിരുന്നു.

സമയമാകുമ്പോ എല്ലാവരും പോകും. ഞാനുംപോകും.. ഗോവിന്ദൻ സ്വയം പറഞ്ഞ് ആശ്വസിച്ചു. ചീരുവിനെ അഗ്നിയ്ക്കു വിട്ടുകൊടുത്ത് മകനും സുഹൃത്തുക്കളും തിരികെവന്ന് മകന്റെ മുറിയിൽ ഒത്തുകൂടിയപ്പോൾ ഗോവിന്ദൻ സംശയാലുവായി. അടക്കിയ സംസാരം ഉച്ചത്തിലാകുകയും ചിലപ്പോഴൊക്കെ ചിരി തെളിയുകയും ചെയ്തപ്പോൾ ഗോവിന്ദൻ മുറിയിലേക്ക് കയറിച്ചെന്നു

ഇന്ന് ഒരുദിവസമെങ്കിലും നിങ്ങൾക്ക് ഒച്ചപ്പാടില്ലാതെ ഇരുന്നൂടേ..

കൂട്ടുകാർ മുഖം കുനിച്ച് പുറത്തിറങ്ങിയപ്പോൾ ഗംഗൻ പറഞ്ഞു: ഇതൊക്കെ ഇപ്പോ നാട്ടുനടപ്പാ.. മദ്യക്കുപ്പിയെ അച്ഛനിൽനിന്നു മറച്ചുവെക്കാൻ ശ്രമിച്ചുകൊണ്ട് മകൻ പറഞ്ഞു. മരണാനന്തരച്ചടങ്ങിൽ പങ്കെടുക്കുന്നവർ പരസ്യമായിട്ടല്ലെങ്കിലും മരണത്തെ ഒരാഘോഷമാക്കുന്നു.

തന്നോടൊപ്പം ലോകം മുഴുവൻ ദു:ഖിക്കണം എന്നുപറയാൻ ഗോവിന്ദന് അവകാശമില്ലല്ലോ. അയാൾ സ്വന്തം മുറിയിൽ കയറി കതകടച്ചു. പഴയ ഫാനിന്റെ കുറുകുന്ന ശബ്ദമല്ലാതെ മറ്റൊന്നും അയാളിലേക്കെത്തുന്നുണ്ടായിരുന്നില്ല. കണ്ണീരിന്റെ ചൂടുനീരുറവയിൽ കൃഷ്ണമണികൾ കുതിരാൻ തുടങ്ങിയപ്പോഴാണ് ചീരു കൂടി ആ മുറിയിലുണ്ടെന്ന് ഗോവിന്ദനു മനസ്സിലായത്. ഞാൻ കിടക്കവിരിച്ചാലേ നിനക്കു വന്നുകിടന്നൂടൂ അല്ലേ.. എന്ന പതിവു കളിവാക്കിനു കാത്തുനിൽക്കാതെ ചീരു തന്റെ അരികിൽ വന്നുകിടക്കുന്നു .. സ്നേഹം! അന്നേവരെ അനുഭവിച്ചതിൽവെച്ച് ഏറ്റവും തീവ്രമായ സ്നേഹം.. അതെന്താണെന്ന് ഇതിൽ കൂടുതൽ പറയാൻ ഗോവിന്ദനറിയില്ല. ഒരു കുളിരുന്ന നിലാവായിതന്നെ പൊതിയുന്നതു മാത്രമേ ഗോവിന്ദനറിഞ്ഞുള്ളൂ. ആ സ്നേഹനിലാവിൽ ദു:ഖങ്ങൾ അലിഞ്ഞുപോകുന്നതും മനസ്സു ശാന്തമാകുന്നതും ഗോവിന്ദനറിഞ്ഞു.

കാലുഷ്യമകന്ന മനസ്സോടെയാണ് ഗോവിന്ദൻ രാവിലെ ഉണർന്നത്. ചീരുവിനെ കുറച്ചുകൂടി സ്നേഹിക്കേണ്ടതായിരുന്നു എന്ന കുറ്റബോധം അയാളെ അലട്ടി. എന്നാൽ ചീരുവാകട്ടെ ഒന്നിനൊന്ന് അ

യാളോട് പറ്റിച്ചേർന്ന് നിൽക്കാൻ ശ്രമിക്കുകയും ചെയ്തു. രാവിലെ ഗോവിന്ദൻ ചായകുടിക്കുമ്പോൾ ഇതുതണിഞ്ഞുപോയല്ലോ.. പാടകെട്ടീലോ എന്നു ചീരു കുണ്ഠിതപ്പെട്ടു. ഉച്ചയ്ക്കു ഊണുകഴിക്കുമ്പോൾ കറിയൊന്നും ഇഷ്ടായില്ല അല്ലേ... എന്നവൾ ആലോചനയിലാണ്ടു. ഉടുത്ത മുണ്ട് മുഷിഞ്ഞൂലോ.. മാറ്റണ്ടേ?

നീയൊന്നു പോയിത്തരുമോ.. ഗോവിന്ദൻ പൊട്ടിത്തെറിച്ചു

വാക്കിനും വഴക്കിനും കാരണമൊന്നുമുണ്ടായിരുന്നില്ല. അച്ഛനെ നോക്കണം ഗംഗാ.. എന്ന് ആരോ പറഞ്ഞ വാക്കാണ് ഗംഗനെ പ്രകോപിതനാക്കിയത്. ആൾക്കാറെ മുമ്പില് എന്നെ കൊറവാക്കിയാൽ അച്ഛനാണെന്നൊന്നും ഞാനോർക്കില്ല്' വന്നുകയറിയ ഉടനെ ഗംഗൻ അച്ഛനുനേരെ തിരിഞ്ഞു.

മോനാന്ന് ഞാനുമോർക്കില്ലെടാ .നീ നല്ലോനാച്ചാ നിന്റെ അമ്മ ഇപ്പോം ജീവനോടെ ഉണ്ടാകും. നിന്റെ മരണം എന്റെ കൈയ്യോണ്ടാവാതെ നോക്കിക്കോ..

ഒച്ചപ്പാടുകേട്ട് നാട്ടുകൂട്ടം വീണ്ടും കാഴ്ചക്കാരായി എത്തി. യമുന കണ്ണൂനിറച്ചു. ഈ അച്ഛനെന്തായിപ്പോയി.. ഗംഗേട്ടനെ കൊല്ലുന്ന് പറഞ്ഞാ ഇരിപ്പ്.

ഗോവിന്ദേട്ടാ.. രാത്രി ഒരുപാടായി. പോയി ഉറങ്ങാൻ നോക്ക്. ഗംഗാ.. നീ കതകു കുറ്റിയിട്ടു കിടന്നോ. അച്ഛനാന്നു പറഞ്ഞിട്ടു കാര്യമില്ല കത്തി വെച്ചാ തീർന്നില്ലേ.

അങ്കംവെട്ടുന്ന മനസ്സുമായി രണ്ടുപേരും വരാന്തയിലിരുന്നു. നിലാവെള്ള പുതപ്പിച്ച വാഴയില കാറ്റിൽ ഇളകുന്നതുനോക്കി ഗോവിന്ദൻ കണ്ണുനിറച്ചു. ഗംഗാധരന്റെ കണ്ണിലെ പുകമാഞ്ഞ് കനലെരിഞ്ഞു തുടങ്ങിയിരുന്നു.

പുലർച്ചെ അഞ്ചുമണിക്ക് വരാന്തയിൽ നിലവിളക്കു കൊളുത്തിവെക്കുന്നത് ഗോവിന്ദന്റെ പതിവാണ്. ഇന്നെന്താ വെളിച്ചം കാണാതേ.. ആലക്കത്തുള്ളവർ എത്തിനോക്കി.

പൊലരുന്നതിനുമുമ്പേ പോയിച്ചോദിക്കുന്നതെങ്ങനെ? പശുവിനെ കറന്ന് പാല് അടുക്കളയിൽവെച്ച് പടിഞ്ഞാറെ മുറ്റത്തെത്തി അടുത്ത വീട്ടിലെ ചീരു നീട്ടിവിളിച്ചു: ഗോയിന്ദേട്ടാ..

കതകുതുറന്ന് പുറത്തുവന്നത് ഗംഗാധരനായിരുന്നു. മുടിവാരിക്കെട്ടി പിന്നാലെ യമുനയും

അച്ഛനേടെത്തു മോളേ.. വിളക്കുകാണാത്തോണ്ടു വിളിച്ചതാ.

ദേശ്യം പിടിച്ച് ഏടേലും എറങ്ങിപ്പോയോ ഇനി. ചെരിപ്പീടയുണ്ട്.

തെങ്ങുമ്മക്കേറുന്നത് ഇപ്പീടയുണ്ട്. തേങ്ങ പറിക്കുന്ന കത്തിയാള് ഈട യുണ്ട്..

നീ ഇങ്ങ് നോക്ക്. മുറ്റത്തെ മാങ്കൊമ്പ് പറഞ്ഞു. നിനക്കൂഞ്ഞാല് കെട്ടാൻ കേറീതാ ഗോവിന്ദൻ പണ്ടൊരിക്കൽ... ഇന്നലെ കേറീത് അവ നെത്തന്നെ തൂക്കിയിടാനും. കാക്കക്കൂട്ടംപോലെ നാട്ടുകൂട്ടം കാഴ്ച കാണാൻ ഒത്തുകൂടി.

പാവം ഗോവിന്ദൻ! നാടായനാടെല്ലാം നടന്ന്.. തെങ്ങായ തെങ്ങെല്ലാം കേറി.. അവസാനം ഇങ്ങനെ!

○○○

www.ingramcontent.com/pod-product-compliance
Lightning Source LLC
LaVergne TN
LVHW060152051026
849517LV00007B/2646
* 9 7 8 9 3 9 4 4 7 2 1 0 5 *